திமில்

தெரிசை சிவா

வம்சி

திமில்	:	சிறுகதைகள்
ஆசிரியர்	:	தெரிசை சிவா
	:	© ஆசிரியருக்கு
முதல் பதிப்பு	:	டிசம்பர் 2019
அட்டை புகைப்படம்	:	என்.ஜி. மணிகண்டன்
வெளியீடு	:	வம்சி புக்ஸ்
		19, டி.எம்.சாரோன்,
		திருவண்ணாமலை - 606 601
		9445870995, 04175 - 235806
அச்சாக்கம்	:	மணி ஆப்செட், சென்னை - 600 077
விலை	:	₹ 170/-
ISBN	:	978-93-84598-86-0

Thimil	:	Short Stories
Author	:	Therisai Siva
	:	© Author
First Edition	:	December - 2019
Wrapper Photography	:	N.G.Manikandan
Published by	:	Vamsi books
		19.D.M.Saron,
		Tiruvannamalai - 606 601
		9445870995, 04175 - 235806
Printed by	:	Mani Offset, Chennai - 600 077
Price	:	₹ 170/-
ISBN	:	978-93-84598-86-0

www.vamsibooks.com - e-mail: vamsibooks@yahoo.com

அன்பின் பவாவிற்கு...
மற்றும்
அன்பிற்கினிய அமில நண்பர்களுக்கு...

அணிந்துரை

அன்பானவர்களுக்கு,

இலக்கிய உலகின் வெளிச்சத்தில் இருந்துகொண்டு, சமகாலப் படைப்புகளின் தீவிரத்தைத் தொடருவதென்பது, எனக்கான இளைப்பாறுதல்களில் ஒன்று. குழந்தைகளுக்கான இலக்கியம் சமைக்கும் எனக்கு நவீனத்துவச் சிறுகதைகளின் மீது எப்போதும் ஒரு தனிப்பட்ட ஈர்ப்புண்டு. அந்த ஈர்ப்பின் வேகத்தில் சமீபத்தில் படிக்க நேர்ந்தது தம்பி தெரிசை சிவாவின் 'குட்டிக்கோரா' சிறுகதைத் தொகுப்பு. தலைப்பில் முன் நவீனத்துவ சாயல் இருந்தாலும், கதைகளில் தடம் மாறாத நாஞ்சில் நாட்டு கிராமத்து மனிதர்களை ரத்தமும் சதையுமாக பதிவு செய்திருந்தார் தெரிசை சிவா. நாஞ்சில் நாடனின் எழுத்தோவியத்தில் ரசித்த 'எதார்த்த' உலகம், தம்பி தெரிசை சிவாவின் கதைகளிலும் வாய்த்தது. தோசையும், அண்டியும், சடலச்சாந்தியும் விவரிக்க முடியாத எண்ணவோட்டங்களை நெஞ்சகத்துள் விட்டுச் சென்றன. வாசித்த மாத்திரத்திலேயே சிகரம் தொடும் சிறுகதைகளாகத் தோன்றின சிலகதைகள். ஒரே மண்ணைச் சார்ந்தவர்கள் என்ற நிலையில் தொடர்ந்த எழுத்து மற்றும் பேச்சுக்களின் மூலம் ஏற்பட்ட தொடர்பு, ஆழமான 'இலக்கிய சகோதரத்துவத்தை' எங்களுக்குள் விதைத்தது.

வெகுசமீபத்தில் தம்பியின் அடுத்த நூலுக்கானக் கதைகளை வாசிக்க நேர்ந்தது. திமில் என்கிற தலைப்பில். எழுத்துலகில் தனக்கான இடத்தை சிவா பெறுவதற்கானச் சாத்தியத்தை உறுதிப்படுத்தும் கதைகளாக அவைகள் இருந்தன. ஒட்டகத்திற்கும், காளைக்கும் இருக்கும் ஆளுமைச்

சார்ந்த குறியீடாக 'திமிலை' அடையாளப்படுத்துவதுபோல், கண்ணுக்கு தெரியாத நினைவுத் திமிலோடு அலைந்து திரியும் மனிதர்களை அடையாளப்படுத்துகிறது இச்சிறுகதைகள். அத்தனை கதைகளும் 'வாசிப்பு லயிப்பை' உணர்த்தினாலும், உயிர்மெய், பேதலிப்பு, ஜன்னல், கூடபொறப்பு போன்ற கதைகள் நெஞ்சம் துளைப்பதுப் போலிருந்தது. பொன்னுலக்ஷ்மி கதையின் கனம் இன்னும் மாறாத வடுவாக மனதிலுண்டு. புனைவெழுத்தின் வலிமை, காட்சிகளை எதார்த்தப்படுத்துவத்தில் இருக்கிறது என்பதை முழுமையாக நம்புபவன் நான். அந்த வகையில் தெரிசை சிவாவின் கதைகள் எதார்த்தம் சார்ந்தவைகளாகச் சுரக்கின்றன. படிப்பவர் மனதில் பதிந்து, நிறைந்துச் சிறக்கின்றன. கோழிக் கதையும், யோக்கியன் கதையும் ஆணாதிக்க சமூகத்தில் ஆண்களின் பாலியல் தடுமாற்றங்களை விவரிக்கின்றன. ஒரு குறிப்பிட்ட தளம் சாராமல், எல்லாருக்குமான கதைகளாக அவைகள் வலுப்பெறுகின்றன.

கதைகளின் 'மொழிநடை', காட்சிகளாக விரிந்தால், அக்கதைகள் காலம் தாண்டிப் பேசப்படுமென்பது என் நம்பிக்கை. சிவாவின் கதைகள் அதைச் செவ்வனே செய்கின்றன.

தம்பி தெரிசை சிவா மேலும் எழுதட்டும். அவ்வெழுத்துக்கள் மென்மேலும் சிறக்கட்டும்.

வாழ்த்துக்களுடன்
கோதை சிவக்கண்ணன்
எழுத்தாளர்

அசாதாரண சம்பவங்களை துரத்தி பிடித்து, வாழ்ந்து பார்த்திடும் பாக்கியம் இலக்கியவாதிகளுக்கு வசப்படுவதுண்டு. கதாபாத்திரங்களின் வழி, ஆண்டுக் களிக்கும் அரசனாகவும், அரசேதும் இல்லாத அன்றாடம் காட்சியாகவும் வாழ இலக்கியவாதிகளால் மட்டுமே முடியும். இக்கதைகளின் பாத்திரங்கள் என்னோடு வாழ்ந்ததென்னவோ சிலகாலங்கள் தான். ஆனால் வாசிப்பவர்களின் மனவோட்டங்களினூடே அவர்களுக்கு சாகாவரமுண்டு. மண்ணைப்பற்றி எழுதிய எழுத்துக்கள் நேரடியாக என்னைப் பற்றிய எழுத்துக்களாக மாறிவிட்ட நிலையில், மறைமுகமாக மட்டுமே இவர்களை நான் உரிமை கொண்டாட முடியும். எழுத்தும் அதைப்பற்றிய நிர்மாணிப்பும் வாசகருக்கே என்பதன் பொருள், இக்கதைகளை வாசிக்கையில் நீங்கள் உணரலாம். எழுத்து என்பது என்னுடையதாக இருந்தாலும், எண்ணமும் நிகழ்வும் எம்மண்ணின் மக்களே. எனவே அவர்களுக்கு மீண்டும் ஒரு வணக்கம்.

- தெரிசை சிவா

1. சுப்பாச்சி 9

2. பேதலிப்பு 19

3. கூடப்பொறப்பு 36

4. உயிர்மெய் 51

5. ஜன்னல் 61

6. சிவன்சொத்து 70

7. இடுகாட்டுமோட்சம் 82

8. ஆவி 96

9. கொலுப்போட்டி 104

10. சுமை 113

11. கோழி 126

12. பொன்னுலக்ஷ்மி 140

13. மாங்காமடையன் 150

14. முத்தம் 158

15. கிரிதி 166

16. யோக்கியன் 177

சுப்பாச்சி

சுப்பாச்சி சாகக் கிடக்கிறாள் என்றபோது, வெப்ராளத்துடன் சிறிதான அழுகை வந்தது. ஊருக்கு நாளை வருகிறேன் என்று அம்மாவுக்கு போன் செய்த போது, அம்மாதான் இந்த செய்தியைச் சொன்னாள். போன முறை ஊருக்கு வந்தபோது கூட, கையைப் பிடித்து வீட்டுக்குள் அழைத்து, கண்டாங்கி முந்தானையால் பெஞ்சினைத் துடைத்து, ஏதேதோ பேசிக்கொண்டு கருப்பட்டிக் காபி இட்டுத் தந்தாள். உள்நாக்கில் அந்நாளில் இறங்கிய கருப்பட்டிக் காப்பியின் சூட்டையும், சுவையையும் இப்போதும் என்னால் உணர முடிகிறது. அவளா சாகக் கிடக்கிறாள்? நெஞ்சு மேட்டில் பாம்பு ஊர்வது போன்ற ஒரு உணர்வு. துக்கம், சோகம், அழுகை ஏதுமில்லாது நெஞ்சைப் பிழிந்தது அந்த வருத்தம்.

இத்தனைக்கும் சுப்பாச்சி ஒன்றும் என் அம்மைக்கு அம்மையோ, அப்பாவின் அம்மையோ இல்லை. சொல்லப்போனால் அவள் எப்படி எங்களுக்கு சொந்தமென்பதைச் சரியாகச் சொல்லத் தெரியவில்லை. பக்கத்து வீடு அவ்வளவுதான். ஆனால் எப்படியோ சொந்தம். சுப்பாச்சி என்ற அந்தப் பெயரைக் கேட்டதும், நெற்றியில் விபூதி தீற்றலுடன் பிஸ்கட்

கலர் கண்டாங்கிச் சேலையுடுத்திய, சிரித்த முகத்துடன் கூடிய அந்த குள்ள உருவமும், கூடவே அவள் இருக்கும் அந்த ஒண்டிக் குடித்தன வீடும், வார்த்தைகளில் விவரிக்க முடியாத அந்த வீட்டின் மணமும்தான் நினைவுக்கு வரும். கூடவே அவள் ருசியாக உண்டாக்கித்தரும் அதிரசம், முந்திரிக்கொத்து, அச்சுமுறுக்கு, சுத்துமுறுக்கு பதார்த்தங்களின் சுவையும், அவற்றின் நிறங்களுமே நினைவுக்கு வரும். படபடவென பொட்டித் தெறிக்கும் சீனிப்பட்டாசாய் பேசிச் சிரிப்பாள் சுப்பாச்சி. வழக்கமான ஊர் கலந்துரையாடல்களில் சுப்பாச்சி 'சுண்டுசொல்' கேட்காத கோபக்காரி, ரோசக்காரி, என்று அவளைப் பற்றிக் குறை கூறும் எவரும், அவள் பாசக்காரி என்பதையும், சொல்லத் தவறுவதில்லை.

ஒரு உயிர் சங்கோஜமில்லாமல் கழிவதற்காய், சொல்லிக் கட்டியது போலிருந்தது சுப்பாச்சியின் வீடு. செவ்வக வடிவில் பனைக்கம்பு பரப்பிய ஓட்டுப்புரைவீடு. அவள் வீட்டு போட்டோவில் மட்டுமே துரைத்தாத்தாவை பார்த்திருக்கிறேன். நீண்ட மீசையுடன், நெற்றியில் ஒட்டி அப்பியச் சந்தன குங்குமத்துடன் முன் அறையின் தென்மூலையிலிருக்கும் துரை தாத்தாவின் போட்டோவை பார்க்கும் போது சிறிதான ஒரு பயமிருக்கும். போட்டோவிலிருந்து எட்டிக் குதித்து 'யாருல நீ? என்று கேட்டு விடுவாரோ என்ற சந்தேகமும் இருக்கும். விடியற்காலை ஐந்து மணிக்கெல்லாம், தென்னை ஓலையை எரித்துப் போடப்பட்ட வெந்நீரில், அடுக்களையின் பின்புறத்திலுள்ள ஒழுங்கற்ற நீள்சதுர வடிவிலுள்ள ஒற்றைக் கல்லில் நின்றுக் குளித்து விட்டு, ஈரத்துணியை மாரோடுக் கட்டி, வெளுத்தத் தலையை விரித்து, ஈரத்தை உலர்த்திக் கொண்டே, துரைதாத்தாவின் முன்னிருந்த டப்பாவில் திருநீறை எடுத்து நெற்றியில் அணிந்து, உடை மாற்றி, முந்தின நாள் பழையதுடன், மோரூற்றி, இரண்டு பல்லு சின்னவெங்காயத்துடன் குடித்து முடிப்பாள் சுப்பாச்சி.

எட்டு, எட்டரை மணிக்கெல்லாம் பலகார சட்டியை அடுப்பில் வைத்து,

பொரித்தெடுக்க ஆரம்பித்தால், மத்யானம் ஒரு மணிக்குள் பாளம் பாளமாய் பலகாரங்களை சுட்டு முடித்திருப்பாள். எண்ணையில் குளித்து முடித்த, உலர்ந்த அதிரசங்களும், சுத்து , அச்சு முறுக்குகளும், எலுமிச்சை நிற முந்திரிக் கொத்துகளும் சிறிது நேரத்திற்குள் செய்தித்தாள் விரித்த எண்ணெய் டின்னுக்குள் பத்திரப் படுத்தப்படும். பின்பு வாடிக்கையாளர்களின் வசதிக்கேற்ப, தேவைக்கேற்ப சில்லறை வியாபாரம். அதன்பின்பு மதியம் மற்றும் இரவு உணவிற்கானச் சமையலை முடித்து, சாப்பிட்டு சாயங்காலம் ஊர்கதை பேச வாசலில் வந்து இருந்தால், சிரித்து, அழுது, புறம் பேசி, நளியடித்து என பலநிலைகளில் நேரம் கழியும். வயதான கிழடுகளின் பேச்சு மொழியின் எள்ளல் சுவையை அதனை கேட்டறிந்தவர்களாலேயே உணர முடியும். நகைச்சுவையும், கிண்டலும், எகத்தாளமும் என ஒவ்வொன்றும் முண்டியடித்துக்கொண்டு முன்னே வர, கேட்பதற்கு ஆகச்சிறந்த மொழிவளத்துடன் இருக்கும் அவர்களின் பேச்சு.

அன்றும் அப்படித்தான்.. சுப்பாச்சியும், ராசமாச்சியும் ஊரில் டெஸ்ட் டியூப் சிகிச்சை மேற்கொண்ட அம்முவைப் பற்றி பேசிக் கொண்டார்கள்.

‘ஏ ராசம்ம... பால்காரனுக்கு மக பிள்ளை உண்டாகியிருக்கல்லா..’

‘யாரு அம்முவாக்கா... நல்லா இருக்கட்டும்.. அன்னைக்கு கோவில்ல பாக்கும் போது கூட பாவமா இருந்துச்சு... பதினோரு வருஷத்துக்கப்புறம் இப்பவாவது கடவுள் கண்ண தொறந்தாரே...’

‘கடவுள் ஒண்ணும் தொறக்கல... ராசம்ம. நம்ம இடலாக்குடி ஆஸ்பத்திரியில போய் ஊசிபோட்டு... ஏதோ டியூப் வச்சதுனால கிடைச்சுதாம்..’

‘டியூப்பா... நீ என்னத்துக்கு என்னவாவது உளறாதக்கா ...’

‘ஏய்... நான் என்ன ...பொய்யா சொல்லுகேன்.. என் மருமக்காரி அப்படித்தான் போன்ல பேசிட்டு இருந்தா..‘

ராசமாச்சி சிறிது நேரம் யோசித்தாள். செய்தியை சொன்ன சுப்பாச்சிக்கும் டெஸ்ட் டியூப் விஷயம் குழப்பமாகவே இருந்தது. இரு வயசாளிகளும் குழப்பத்தோடு சிந்தித்திருக்க, ராசமாச்சி மீண்டும் தொடர்ந்தாள்.

‘கொள்ளாம்... இன்னும் என்னெல்லாம் கண்டு பிடிக்க போறானுகளோ... எக்கா... அந்த டியூப்ப... எங்க வைப்பாங்ளாம்..’- உண்மையான ஆர்வத்துடன்தான் சுப்பாச்சியிடம் கேட்டாள்.

நமட்டு சிரிப்புடன் சுப்பாச்சி பதில் தந்தாள்.

‘வேற எங்கட்டி வைக்க போறாங்க... உடம்புல தான்... வைப்பாங்க...’

‘உடம்பிலையா???‘- ஆச்சர்யம் காட்டினாள் ராசமாச்சி.

‘ஆமாட்டி.. வேற எங்க வைக்க முடியும்.. அங்கதான் வப்பானுங்கோ...’ - ஒருவாறு உறுதி செய்தாள் சுப்பாச்சி.

‘அங்க வைக்கும் போது... இந்த ஆம்பளைங்க போடுற ஆட்டத்துல உடஞ்சிறாது... எம்மா...’ - என்று உண்மையான ஆச்சர்யத்துடன் ராசமாச்சி கேட்ட கேள்விக்கு, சுப்பாச்சிக்கு பதிலேதும் தெரியவில்லை. இருந்தாலும் சமாளித்தாள்.

‘அதெல்லாம் உடையாது... உடையாத மாதிரி ரப்பர் கிளாஸா இருக்கும் போல..’- என்று சொல்லி சிரித்துக் கொண்டாள் சுப்பாச்சி.

கண்களை மேல்நோக்கி ஒருவாறாக கற்பனை செய்து, ராசமாச்சியும் சிரிக்கத் தொடங்கினாள்.

கேட்கக் கேட்கத் திகட்டாத மொழி வடிவத்தோடு இருக்கும் அவர்களின் உரையாடல்கள். காலம் கடந்து, வைரம் பாய்ந்தக் கட்டைகளாகக் கிராமத்துக்குள் வாழ்ந்து கொண்டிருக்கும் முதிர்களுக்கு நவீன அறிவியலின் சாராம்சம் எப்படித் தெரியும். அவர்களுக்குத் தோன்றியபடி, அங்குமிங்கும் கேட்டதை வைத்து ஒருவாறு யூகித்துக் கொண்டார்கள். இப்படி நாலைந்துக் கிழடுகளின் கூட்டம் ஒவ்வொரு தெருவிலும் இருக்கும். பொழுதுச் சாய்ந்ததும் அவர்களுக்குள் பலவிதமானப் பேச்சு ஆறுதல்களும் இம்மாதிரி நடக்கும். இப்படிச் சுடலையின் காலடி பற்றக் காத்துக் கொண்டிருக்கும் வயது முதிர்ந்த ஆச்சிகளின் உலகம் விசித்திரமானது. சுவாரஸ்மானதும் கூட. எனக்குத் தெரிந்து சுப்பாச்சியின் வாழ்க்கை முறைக் கடந்த இருபத்தி மூன்று வருடங்களாக இப்படித்தான்.

நான் பார்த்திராத துரை தாத்தாவுடன் வாழ்ந்த பதினெட்டு வருடங்களை அசைப்போட்டுக்கொண்டே, ஏனைய வருடங்களை நகர்த்திக் கொண்டிருக்கும் சுப்பாச்சியை நினைத்து, நான் பல நேரங்களில் வியந்ததுண்டு. என்னை பேரனாகவே ஏற்றுக் கொண்டு அதட்டுவாள். கொஞ்சுவாள். கெஞ்சுவாள்.

‘மக்கா எனக்கொரு போனு வாங்கி தருவியா?’ - நான் விடுமுறையில் ஊருக்கு போயிருந்த போது, எவ்வித தயக்கமுமின்றி பட்டென்று கேட்டாள் சுப்பாச்சி. சற்று ஆச்சர்யத்தோடு சிரித்தேன்.

‘உனக்கெதுக்குபோன்ஆச்சி...தாத்தாகனவுலவந்துபோன்லபேசுவோம்னு சொன்னாரா?’ - என்று மெலிதான நகைச்சுவையோடு கேட்டேன்.

‘ஆமா.. நேர்லயே ஒழுங்கா பேச மாட்டேரு.. இதுல எனக்கு செத்த பொறகு போன் போடுவாரா? அதில்லை மக்கா?’ - என்று பேச்சில் தயக்கம் கலந்த வெட்கம் காட்டினாள்..

‘அப்புறம் எதுக்காச்சி போன்?’ - என்றேன்.

‘அது நம்ம ராசமைக்கு பேரன் அவளுக்கு ஒண்ணு வாங்கி கொடுத்திருக்கான் பார்த்துக்கோ? அத வச்சிட்டு ரெம்பத்தான் பவுசு காட்டுகா..’ என்று பச்சிளம் குழந்தையாய் பேசினாள். கூடவே ‘அதுல யாரு, எங்கிருந்து பேசினாலும் கேக்குமாமே.. அதான் ஒண்ணு வாங்கலாமுன்னு.. நீ பைசா எவ்வளவுன்னு சொன்னா தந்திருக்கேன் மக்கா..’ - என்று ஆர்வம் மிகுந்து பேசினாள்.

சற்று மெலிதாகச் சிரித்துக் கொண்டேன்.

‘பைசாலாம் ஒண்ணு வேண்டாம்... எனக்குள்ள பழைய போனு ஒன்னு இருக்கு.. அத தாரேன்’ - என்ற போது, அதிர்ந்து மறுத்தாள்.

சரியாக சமாதானம் சொல்லி, என்னுடைய பழைய போனில் ஒரு புது நம்பரை போட்டு சுப்பாச்சியின் கையில் கொடுத்து விட்டு, பணி செய்யும் ஊருக்கு வந்து விட்டேன்.

பம்பரம் கையில் கிடைத்த விடலைசிறுவனாய் பேரானந்தம் கொண்டாள் சுப்பாச்சி. ‘‘என் பேரன் வாங்கி தந்த போனாக்கும்’’ என்று ஊரெங்கும் தம்பட்டம் அடித்தாள். சார்ஜ் போடுவதிலிருந்து, போனை பயன்படுத்துவது வரை எல்லாவற்றையும் படித்துக் கொண்டாள். புத்தம் புதிய பூனைக்குட்டியை தாய் பூனை பராமரிப்பது போல் அந்த போனைப் பார்த்துக் கொண்டாள். அடிக்கடி காதில் வைத்து கொண்டு ‘ஹலோ‘ என்று கேட்டுக் கொள்வாள். ஆனால் அவள் எதிர்பார்த்த ‘போன் அழைப்பு குரல்‘ மட்டும் அந்தப் போனில் வரவே இல்லை.

பிள்ளைக் குட்டிகள் ஏதுமில்லாத சுப்பாச்சிக்கு, துரைத்தாத்தாவுடன் வாழ்ந்த சில ஆண்டு திருமண வாழ்கை மட்டுமே ‘சந்தோசத்தின் உச்சக்குறியீடுகள்’. பெரிதான குடும்பப் பின்புலம் இல்லாத சுப்பாச்சிக்கு

தற்போது எங்களூரும் அங்குள்ள மனிதர்களுமே உற்றார், உறவினர், சொந்தம், பந்தம் எல்லாம். பேச்சு வாக்கில் பாசம் கூடும் போது, ஊரின் ஆண் மக்களிடம் சுப்பாச்சி வேண்டுவது ஒன்றே ஒன்றைத்தான். 'மக்கா.. நான் செத்தா என்னை தூக்கி போட்டுருவேல்லா...' - என்று கேட்டுக் கொண்டே கரைந்து விடுவாள். நெஞ்சமெங்கும் பாசத்தோடும், உரிமையோடும் பல பதில்களை இளவட்டங்களும் அவளுக்குள் விதைப்பதுண்டு.

'யாச்சி.. நீ செத்தா... ஆடி, பாடி, கொண்டாடி அனுப்ப நானாச்சு'

'இப்ப.. எதுக்கு ஆல மூட்டுக்கு போக அவசரம்... என் பிள்ளைகளுக்கு கல்யாணத்தை பார்த்திட்டு பைய போலாம்'

'நீ செத்தா... தேர்ப்பாடை என் செலவுதான்.. கேட்டயா...'

'சும்ம.. சும்ம.. இப்படி கேக்காத... அதெல்லாம் நாங்க பார்த்துக்கிடுவோம்'

'உன் சாவு திருவிழாதான்.. தூக்கிட்டு போகும்போது யாருக்கும் தெரியாம எல்லாத்தையும் ஒரு பார்வை பார்த்திட்டு, பட்டுன்னு திரும்பவும் கண்ண மூடிக்கணும் சரியா?'

-என்பது போன்ற பதில்கள். சிறிதான புன்னகையோடு, பெரிதான நம்பிக்கையோடு ஒவ்வொருவரையும் ஆரத் தழுவி ஆர்ப்பரிப்பாள் சுப்பாச்சி. ஒவ்வொரு பதிலும் அவளை ஒவ்வொரு மாதிரி ஆசுவாசப்படுத்துவதாக நானும் உணர்ந்ததுண்டு. 'நமக்குன்னு ஒரு பிள்ளை இல்லைன்னு வருத்தம்லாம் இப்ப இல்ல மக்கா.. இங்க ஊருல இருக்குற எல்லாரும் நமக்கு மகன்தான்.. பேரன் பேத்திதான்னு'- சொல்லி அன்றொருநாள் சுப்பாச்சி பெருமூச்சு விட்ட போது, அவள் கண்களில்

உருண்டோடும் உண்மையானப் பாசத்தின் நிறத்தை நானும் கவனித்தேன்.

எனக்கு கல்யாணமான புதிதில், மனைவியுடன் முதன் முதலாய் அவள் வீட்டுக்கு சென்ற போது, வெப்ராளத்தில், சந்தோஷத்தில் பட படத்தாள். நான் எப்போதும் பார்த்து வியக்கும் 'பாசத்தின் நிறம்' அவள் கண்களெங்கும் துடித்தெழ, புதுமணத் தம்பதிகளுக்கு என்ன கொடுக்கலாம் என்ற குழப்ப பூரிப்பில், அவள் உடலெங்கும் 'சந்தோசத்தின் பரவசம்' தொற்றிக் கொண்டது . அங்குமிங்கும் ஓடி, தட்டத்தில் பலகாரம் வைத்து, காப்பி வைத்து, என் சிறுவயது நிகழ்வுகளை என் மனைவியிடம் விவரித்து, பட படவென பேசிக் கொண்டேயிருந்தாள். விடைபெறும் பொழுது, நாங்கள் இருவரும் காலில் விழ, படபடத்து அடுக்களைக்குள் ஓடி கடுகு டப்பாவில் பத்திரப்படுத்தியிருந்த ஐம்பது ரூபாய் நோட்டை என் கைகளுக்குள்ளும், என் மனைவியின் கையில் ஒரு இருபது ரூபாய் தாளையும் திணித்து, நெற்றியில் திருநீறு பூசினாள். என்னுடைய மனைவியின் சீமந்தத்திற்கு இரண்டு, மூன்று முறை கூப்பிட்டும் வராமல், அடுத்தநாள் கருப்பட்டியில் செய்த முந்திரிக்கொத்தோடு வந்து மனைவியிடம் அன்பு பாராட்டினாள்.

'எனக்கு பிள்ளை இல்லை பாத்தியாமோ.. நான் சீமந்த சபைல வந்து உனக்கு காப்பு போட்டா... நல்லா இருக்காதுல்லா.. மக்கா.. அதான் நான் வரலை பார்த்துக்கோன்னு' கண் கலங்கிய போது, அவள் இயலாமையின் நிலையை நினைத்து நெஞ்சார துயருற்றோம் என் குடும்பத்தினர் அனைவரும்.

பழுத்த பழமாய், பாசக்குவியலாய் ஆர்ப்பரிக்கும் சுப்பாச்சி, காசு விஷயத்தில் ரெம்ப கறார் பேர்வழி. பலகார வியாபாரத்தில் ஐம்பது பைசாவை கூட அவள் விட்டுக் கொடுத்தத்தில்லை. அவள் வீட்டுக்கு போனால் கிடைக்கும் விருந்து உபசார பலகாரங்கள், கர்ப்பிணி

பெண்களுக்கு அதிகார தோரணையோடு அவள் அளிக்கும் பலகாரங்கள், சின்னஞ்சிறு பிள்ளைகளுக்கு அவள் ஆசையாய், அன்பளிப்பாய் கொடுக்கும் பலகாரங்களை தவிர, ஏனைய பலகார பரிவர்த்தனைகளுக்குச் சரியாக கணக்கு பார்த்து காசு வாங்கி கொள்வாள். என் ஜீவிதம் இந்த வியாபாரங்களை சார்ந்தது எனவே காசு முக்கியம் என்பாள். வியாபாரத்தில் தான தர்மம் இல்லையென்பாள். அதே நேரத்தில் மித மிஞ்சிய பலகாரங்களை பிள்ளைகள் இருக்கும் வீடாகப் பார்த்துக் கொடுத்து பைசாவெதுவும் வேண்டாமென்பாள்.

இப்படி பற்பல நிகழ்வுகள் சுப்பாச்சியை நினைக்கையில் மனமெங்கும் அலைந்தோடியது. ஊர் வந்து சேர்ந்து சில மணிநேரங்களில் அம்மாவும், நானும் சுப்பாச்சியை பார்க்க சென்றோம். அந்த வீட்டுக்குள் நுழைந்ததும் எதிர்ப்படும் ‘ மணம்’ அன்று இல்லை. வீட்டின் ஓரத்தில் இருந்த கட்டிலில் முற்றிக் காய்ந்து சுருங்கிய பேரித்தம் பழமாய், குறுகிக் கிடந்தாள் சுப்பாச்சி. துரை தாத்தா போட்டோவுக்கருகில் செல்போன் சார்ஜாகிக் கொண்டிருந்தது. பார்த்த மாத்திரத்தில் அழுகை வர துடிக்க, அம்மா அழவேண்டாம் என்பது போல் கண் ஜாடை காட்டினாள்.

அம்மா அருகில் சென்று, ஆச்சியின் கலைந்திருந்த ஆடைகளை சரிசெய்து, அவள் காதுக்கருகில் ‘பேரன் வந்திருக்கிறான்’ என்று உரத்த குரலில் கத்தினாள். வயோதிகத்தின் உச்சத்தில் வரிகள் நிரம்பிய முகத்தை மெலிதாக திருப்பி என்னைப் பார்த்துப் புன்னைகைத்தாள் சுப்பாச்சி. எங்கள் வீட்டிலிருந்து கொண்டு போன பால்கஞ்சியை அம்மா ஒரு கப்பில் ஊற்றி அவள் வாயில் திணித்தாள். இரண்டு வாய் குடித்திருப்பாள். என்ன நினைத்தாளோ என்னவோ, என்னை நோக்கித் திரும்பி, போனை நோக்கி கையை காட்டி எடுக்குமாறு ஜாடை செய்தாள். போனை எடுத்து அவள் கையில் கொடுத்தேன். போனையும், என் கைகளையும் பற்றிக் குலுங்கி

அழ ஆரம்பித்தாள் சுப்பாச்சி. கண்களெங்கும் கண்ணீரோடு ‘இதுவரைக்கும் ஒருத்தர் கூட கூப்பிடலையே மக்கான்னு‘ தொண்டை கமர வார்த்தைகளை உதிர்த்தாள்’. சரியாக இரண்டு துண்டாய், இதயத்தை பிளந்தது போலிருந்தது.

அதுவரைக்கும் அடக்கி வைத்திருந்த என் கண்ணீர், கண்ணின் அணைக்கட்டை உடைத்து வெளியேற, ஆச்சியை அணைத்துக் கொண்டேன். அவள் உடம்பில் அழுகைக்கான சிறு விசும்பல்கள். சில நிமிடங்களில் அவளை மீண்டும் படுக்கையில் கிடத்தி, சட்டென்று வெளியே வந்து எப்போதோ சுப்பாச்சி என்ற பெயரில் சேகரித்து வைத்த அவள் போன் எண்ணை அழுத்தினேன். முதன் முதலாய் சுப்பாச்சியின் வீட்டுக்குள் போன் மணி ஒலித்துக் கொண்டே இருந்தது. அவள் போனை எடுக்கவே வில்லை. அம்மா மட்டும் அழ ஆரம்பித்திருந்தாள்.

பேதலிப்பு

முன்பேதுமில்லாத ஒரு பதட்டம் ஆத்மிகாவைப் பார்க்கும் போதிருந்தது. உடம்பெங்கும் அழுக்காய் இருந்தாலும், குப்பைத் தொட்டியில் கிடக்கும் வைரமோதிரமாய் இயற்கையான பேரழகோடு படுத்துக் கிடந்தாள் ஆத்மீகா. சில மனித உருவங்களை, சில வார்த்தை களைக் கையிலிருந்த கரிக்கொட்டையால் கிறுக்கிக் கொண்டிருந்தாள். அங்குமிங்கும் ஒரு முறை நோக்கிக் கொண்டான் மணியன். யாருமில்லை. மனநிலை காப்பகத்திற்கே உரித்தான நோயாளிகளின் வினோத ஒலிகள் அங்கொன்றும் இங்கொன்றுமாய் கேட்டுக் கொண்டிருக்க, அறைகளுக்கு நேர் எதிராய், படர்ந்து விரிந்திருந்த நீண்ட நெடிய புங்கை மரத்தில் சில பறவைகளின் கூச்சல்கள். நான்கைந்து கோன் ஐஸ்களை கவிழ்த்து வைத்தது போலிருந்த, கூரிய அசோக மரங்களில், அணில்களின் விளையாட்டுச் சப்தங்கள். தக்காளி நிறத்திலிருந்த செம்மண் மைதானத்தில் சில தட்டான்களின் ரீங்காரம். அழுகை முட்டி நிற்கும் விடலை பெண்ணின் முகத்தை போன்றிருந்தது சூல் கொண்டு தவழும் மேகம். எப்போது வேண்டுமானாலும் மழை பெய்யலாம் என்ற பதட்டத்தில் கருநீல வானம்.

இயற்கை சப்தங்களைத் தவிர்த்த 'மௌனம்', மனநிலை காப்பகத்தின் காணும் இடமெங்கும் கொட்டிக்கிடந்தது.

தூரத்தில் சமையல்காரர் சோமுவின் சப்தம், நெடிய மதிலின் மறுபுறத்தில் விறகு வெட்டும் வேலை நடக்கும் இடத்தில் 'தூர...ஸ்வரத்தில்' கேட்டது. பெண் நோயாளிகளைப் பார்த்துக்கொள்ளும் ஆயாக்கள் வள்ளியக்கா, ராமாயி இருவரும் காப்பகத்தின் கடைகோடியிலிருந்த ஈ பிளாக்கில் இருந்தனர். கடந்த மூன்று மாதங்களாக காப்பகப் பணியாளர்களின் உயிரை வாங்கும் மனநிலைபாதிக்கப்பட்ட கர்ப்பிணி பெண் சுமித்ராவின் பிரசவத்திற்கு உதவியாய் இருந்தனர். மருத்துவர்களும், ஊழியர்களும் குழந்தையை காப்பாற்றும் பணியில் பரபரப்பாயிருக்க, 'சுமித்ராவின் சப்தம்' மனநிலை காப்பகம் முழுதும் எதிரொலித்துக் கொண்டிருந்தது. தனக்கு என்ன நடக்கிறது என்பது புரியாமல், புத்தி பேதலித்து கத்தினாள் சுமித்ரா. சப்தம் மிதந்து, மிதந்து அ பிளாக்கில் புதிதாக வந்திருக்கும் மனநிலை நோயாளி ஆத்மிகாவுக்கும், அவளை எச்சி வடிய வேடிக்கை பார்க்கும் வாட்ச்மேன் மணியனின் காதுக்கும் கேட்டது. இன்னும் பிரசவம் ஆகலை போலுக்கு? மனதிற்குள் நினைத்துக் கொண்டே, ஆத்மீகாவை 'காமப்பார்வை' பார்த்துக் கொண்டிருந்தான் மணியன். முப்பத்தெட்டு வயது வாட்ச்மேன் மணியனை, இளம்பெண் மனநோயாளி ஆத்மீகா காமரீதியில் வெகுவாகப் பாதித்திருந்தாள்.

யாரும் நம்மை தட்டிக்கேட்கபோவதில்லை என்ற நினைப்பு மேலோங்கும் போது, ஏதுவான சூழ்நிலைகளில் யாருக்கும் தெரியாமல் தப்பைச் 'சரியாகச்' செய்யும் மனித வஸ்துக்களை நீங்கள் கண்டிருக்கலாம். அவர்களில் ஒருவன்தான் மணியன். ஒன்றரை ஏக்கரிலுள்ள மனநிலைக்காப்பகத்தின் முழுநேர காவலாளி. அங்கு வருகின்ற அனைத்து நோயாளிகளின் மீதும் அவனுக்கு அக்கறை உண்டு, பரிதாபம், பச்சாதாபம்

எல்லாம் உண்டு. கூடவே பெண் நோயாளிகளின் மீது ஒரு ஈர்ப்பும். ‘குருட்டு கோழியா இருந்தாலும், குழம்பு எப்பவுமே ருசிதான்’ என்ற மனநிலையிருப்பவன் மணியன். அதற்காக அவர்களைப் பாலியல் உறவுகளுக்கெல்லாம் அவன் பயன்படுத்தியதில்லை. அல்லது பாலியல் உறவு கொள்ளுமளவிற்கான ‘சூழ்நிலை’ அவனுக்கு வாய்க்க வில்லை. அவன் செய்வதெல்லாம் முறை தவறிய ‘தொடுகைகள்’. அதை செய்வதற்கு மட்டுமே அவனுக்கு தைரியம் உண்டெனவும் கூறலாம். மனம், புத்தி பேதலித்து இருக்கும் அவர்களின் அவயங்களை தொட்டு, அமுக்கி, தடவி விளையாடுவதில் அவனுக்கொரு அலாதியான இன்பம். மருத்துவர்கள், செவிலியர்கள், ஆயாக்கள் முன்னிலையில் மணியன் நோயாளிகளை அணுகும் முறைகளை பார்த்தால், யாருக்கும் அவன் மீது சந்தேகம் வராது. அப்படியொரு மனிதநேயம் மிக்க மனிதனாகத் தன்னைக் காட்டிக்கொள்வான் மணியன்.

‘மணியன்... அந்த ரெண்டாம் நம்பர் பையன் குளிக்க ரெம்ப அடம் பிடிக்கான்... பார்த்துக்கோ... கொஞ்சம் குளிப்பாட்டி விடுவையா?’

‘அந்த பெருசு... மொத்த ரூம்லையும் பேண்டு வச்சிருக்கு... வாடை, வயித்த பொரட்டுகு... கொஞ்சம் தூக்கி குளியல் ரூம்ல போட்டுடு மணியா... உனக்கு புண்ணியமா போகும்’

‘8ம் நம்பர் பொம்பள டிரஸ் இல்லாம நிக்கு... நாங்க கிட்ட போனா ஆக்ரோஷமா கடிக்க வருகு... கொஞ்சம் ஓடி வா மணியா...’

‘பதின்னொன்னு அ , செத்தாச்சாம்... பெரிய டாக்டர் வரத்துக்குள்ளாடி உடம்ப குளிப்பாட்டணுமாம்... மேடம் சொல்ல சொன்னாங்க...’

- என்பது மாதிரியான எந்த பணியும் செய்வதற்கு, மணியனைத் தவிர அங்கு வேறு ஆளில்லை.

‘பைத்தியார... இளவுகளோட கிடந்துக்கிட்டு... போதும்மா எனக்கு...’ என்று மணியன் வெளிப்படையாக அலுத்துக் கொண்டாலும், இத்யாதி வேலைகளைச் செய்ய அவன் எப்போதுமே தவறியதில்லை, தயங்கியதுமில்லை. அப்படிப்பட்ட ‘மனிதருள் மாணிக்கம்தான்’ தனியாக இருக்கும் பெண் நோயாளிகளிடம், யாருக்கும் தெரியாமல் தன் சில்லறை வேலைகளையும் காட்டிக்கொண்டிருந்தான். அதுவும் சட்டென்று யார் மீதும் கைவைத்து விட மாட்டான் மணியன். தொடர்ந்த சந்திப்புகளின் மூலம் அவர்களைப் பரிசீலித்து, எதிர்கொள்ளும் நோயாளியின் இயலாமையை உறுதி செய்து விட்டால், ஆனமட்டும் அத்துமீறி ஆசையை தீர்த்துக் கொள்வான் மணியன்.

சராசரி பெண்களை மட்டுமே கண்டு கழித்த மணியனுக்கு, ஆத்மீகாவின் பேரழகு பெருங்காமத்தைத் தந்துக் கொண்டிருந்தது. பெண்ணழகை கூர்ந்து கூர்ந்து ரசிக்கும் ‘ஏக்கக் கண்களுக்கா’ ஊருக்குள் பஞ்சம். ஆத்மிகாவும் அப்பபட்ட அழகுச் சிலையாயிருந்தாள். எப்படிப்பட்ட ஆணையும் கவர்ந்திழுத்து விழவைக்கும் ‘நாகப்பழ கண்கள்’ அவளுக்கு. அச்சில் வார்த்த பதுமையாய், அதிகப்படியான சதையேதுமில்லாத வெளிர் நிற தளிர் உடம்பு. திரண்ட நெஞ்சங்களுக்கும், சிறிதான தொப்பையும் அசைகின்ற அக்கணத்தில் ‘ஆலிங்கன பரிதவிப்பை’ உண்டாக்குபவை. என்ன பாவம் செய்தாளோ, இன்று புத்தி பேதலித்து இக்காப்பகத்தில் ‘காணப்பொருளாய்’ நிலை குலைந்து கிடக்கிறாள்.

எப்படியும் இன்னும் கொஞ்ச நேரத்திற்கு இங்கு யாரும் வரப்போவதில்லை என்ற எண்ணத்தில் அறை கம்பிக் கதவின் கம்பி வழி ஆத்மீகாவின் அறைக்குள் கை நீட்ட்ட்ட்டினான் மணியன். பால்குவியலாய் படர்ந்திருந்த அவள் முழங்கால் திரட்சி அவன் கைக்குள் சிக்கியது. மெதுவாக தடவத் தொடங்கினான். ஒரு பூனைக்குட்டியின்

தலையை தடவுவது போல். ஒரு கோழிக்குஞ்சின் தலையை தடவுவது போல்.

தடவித்,
தடவித்,
தடவித்,

வருடிக் கைவிரல்கள் முன்னேறி தொடைகளைப் பற்ற முயன்றன. முடியவில்லை. ஒருக்களித்து படுத்திருந்த அவள் உடலும், ஒன்றன் மீது ஒன்றாய் சாய்ந்திருந்த வெளுத்த மார்புகளும் அவனுக்குள் என்னவெல்லாமோ செய்தது. கொஞ்சம் அருகில் இருந்தால் நன்றாக இருக்குமென எண்ணினான். காலைப் பிடித்து அருகில் இழுத்தால் என்னவென யோசித்தான். எந்த தொடுதலுக்கும் எதிர்வினையாற்றாமல், உடல் குறுகுறுப்பில் சிறிதான நடுக்கத்தோடு தரையில் பரவிக் கிடந்தாள் ஆத்மீகா. ஆத்மீகாவின் ஓவியங்களை அப்போதுதான் கூர்ந்து கவனித்தான் மணியன். பெரும்பாலும் மனித உருவங்கள். அருகில் அவர்கள் பெயர்கள். அவள் எழுதியவைகளை எழுத்து கூட்டி வாசித்துப்பார்த்தான்.

அம்மா
பஸ்
அம்மு
Cash
Cancer
Owner
வலி
Free
Facial
அனிதா

- என தமிழும், ஆங்கிலமுமாய் சில வார்த்தைகள். எல்லாவற்றையும் பார்த்துக்கொண்டிருந்த மணியனை, சட்டை செய்யாமல் ஓவியக் கருமமே கண்ணாயிருந்தாள் ஆத்மீகா.

மணியன் தொடர்ந்து ஆக்கிரமிக்க முயல, எதிர்பாராத விதமாய் வள்ளியக்கா அ பிளாக்கில் நுழைந்து கொண்டிருந்தாள்.

சட்டென்று விலகிய மணியன், பதட்டமில்லா நடத்தையுடன் 'பணி செய்யும் பாவனையைக்' காட்டிக் கொண்டே வள்ளியாக்களிடம் பேசினான்.

என்னா... பிள்ளை பொறந்திருச்சா, ஈ ப்ளாக்குல?

ஆமாப்பா... சவம் என்னா அவஸ்தை... ரெம்பக் கஷ்டப்பட்டு போச்சு குட்டி... பிள்ளை பொறந்த உடனே பிள்ளையை பார்த்து கதறு... கதறுன்னு கதருகு... மாப்பிளையை ஞாபகம் இருக்கானு கேட்டா... பரக்க பரக்க முழிக்கு... அவ வீட்லேர்ந்து எல்லோரும் வந்திருக்காங்க...

'அது சரி... அப்ப உன் கைச்செலவுக்கு காசு கிடைச்சாச்சுன்னு சொல்லு...' - நடந்தவைகளை கிரகித்துக்கொண்டே வள்ளியக்காளை கிண்டல் செய்தான் மணியன்.

மேலுதட்டை மட்டும் விரித்து முன்பற்கள் தெரிய ஒரு சிரிப்புச் சிரித்தாள் வள்ளியக்கா.

ஆத்மீகாவின் அறையை காட்டி இது என்ன கேஸு?- என்ற ரீதியில் சைகை காட்டினான் மணியன்.

இது சித்த பிரம்ம கேஸாம்... புத்தி பேதலிச்சு போச்சாம்... அப்பா இல்லாத பிள்ளை. அம்மைக்கு ஏதோ நோயாம். ஏதோ பியூட்டி சென்டர்ல வேலை பார்த்திட்டு இருந்திருக்கு. பிள்ளை அம்சமா இருக்குல்லா...

எவனோ மேஞ்சிட்டான்னு நினைக்கேன்...நோய் கோளாறோ... பேய் கோளாறோ... நாலுமாசமா வீட்டுக்குள் கிடந்து ஒரே சத்தமாம்... சம்பந்தம் சம்பந்தம் இல்லாம பேச்சாம்... அப்புறம் இப்படி படுத்து கிடந்து படம் வரைச்சலாம்... யாரு எது சொன்னாலும், செய்தாலும் சட்டை செய்யாம மணிக்கணக்கா இப்படியே கிடக்குமாம்... அவ அம்ம பயந்து போய் இங்க கொண்டு சேர்த்திருக்கு... நம்ம கோகிலா டாக்டர்தான் பாக்குறாங்க...- அனுதாபத்தோடு சொல்லிமுடித்தாள் வள்ளியக்கா.

சவம் கடவுள் ஏன்தான் இப்படி பண்ணுகாரோ... பிள்ளை கிளி மாதிரி இருக்கு. நமக்கு பார்த்தாலே பாவமா இருக்கு... வார்த்தையில் ஆசுவாசம் காட்டினான் மணியன்.

இங்க வரதுல யாருதான் பாவம் இல்லை... ஒவ்வொண்ணும் ஒவ்வொரு தினுசு... பரிதாபப் பட்டுக்கொண்டே அவ்விடம் நகர்ந்தாள் வள்ளியக்கா.

சுற்றி ஆளற்ற நிலையில் திரும்பி ஆத்மீகாவைப் பார்த்தான் மணியன். புரண்டு படுத்ததில் கைக்கெட்டும் தூரத்தில் அவள் உடல் இருக்க, தொடர்ந்து வரைச்சலின் கர கர சப்தங்கள். ஆர்வம் மேலிட சுற்றும் முற்றும் பார்த்துவிட்டு அவளை நெருங்கினான் மணியன். அவளோ வரைந்த மனித உருவத்தின் கழுத்தை கல்லால் அறுத்துக் கொண்டிருந்தாள்.

மனநிலை பாதிக்கப்பட்டவர்கள் என்று அழைக்கப்படுபவர்கள் உண்மையில் இயற்கையோடு இயைந்தவர்கள். நாற்றம் பிடித்த மனித வர்க்கத்தின் செயல்பாடுகளால் பாதிக்கப்பட்டவர்கள். லீ சாட்லியரின் பௌதீக விதியான ‘அதிகபட்ச உந்துதலை சமாளிக்கும் பொருட்டு இயற்கை தன்னை தானே சமன் செய்து கொள்ளும்’ என்பதை மனரீதியாக உணர்ந்தவர்கள். வாழ்ந்த வாழ்க்கையின் ஏதோவொரு கணத்தில் ஏற்பட்ட அதிகபட்ச உந்துதலைச் சமாளிக்கும் பொருட்டு, இயற்கையோடு

மனதினைச் சமன் செய்தவர்கள். ஆத்மீகா அப்படிப் பட்டவள். அப்பா இல்லாத அழகான பெண். வாழ்க்கையை வாழ்ந்துவிடத் துடித்தவள். கேன்சரில் துயருறும் அம்மாவின் வேதனையைக் கண்டு, கண்ணீர் விட்டவள். வாழ்ந்து விட எத்தனித்து எத்தனித்து எது வேண்டுமென்றாலும் செய்யத் துணிந்தாள். உடல் எடுத்த முடிவுக்கு மனம் ஒத்துழைக்க மறுத்தது. துயரங்கள் துரத்தி அடிக்கும் போது, சிறுபெண்ணால் என்ன செய்ய முடியும். பெரும் புயலில் சிறுகுருவி எப்படி பிழைக்கும். மன அழுத்தத்தில், அதன் விரக்தியில் இன்று மயங்கி, கிறங்கி கிடக்கிறாள். மனநிலை பாதிக்கப்பட்டதாக எல்லோரும் சொல்கிறார்கள். அவளோ... எண்ணவோட்டத்தில் மனிஷியாகவும், இயற்கையாகவும் மாறி மாறிப் பறக்கிறாள். விரக்தியில், பயத்தில் தன்னை பார்க்கும் மனிதர்களை 'அசாத்திய திமிரோடு' கேலி செய்கிறாள். அவர்களைப் பார்த்துப், பார்த்துச் சிரிக்கிறாள். பார்த்து சலித்த மனித உருவங்களை ஓவியமாக்கி பின் அதை அழிக்கிறாள். ஓவியம் படைக்கிறாள். பின் அழிக்கிறாள். படைத்தலும், அழித்தலும் 'என்வசம்' என்கிறாள். இயற்கை எய்தினார், இறைவனோடு கலந்தார் என்று நாம் இறப்பை அழைக்கிறோமோ, அந்த 'இறப்பை' உயிரோடு இருக்கும்போதே உணர்ந்தவர்கள் ஆத்மீகாவைப் போன்ற மனநிலை நோயாளிகள்.

மணியனுக்கு எலிப்பொறியில் இருக்கும் தேங்காய் துண்டாய் தெரிந்தாள் ஆத்மீகா. கடிக்கவும் வேண்டும், அகப்படவும் கூடாது என்பதில் உறுதியாக இருந்தான் மணியன். சுற்றும் முற்றும் ஆளில்லாததை உறுதி செய்து, மீண்டும் அவள் சுற்றம் அமர்ந்து முதுகைத் தடவினான். இம்முறை பட்டென்று வரைவதை நிறுத்தி அவன்பால் திரும்பினாள் ஆத்மீகா.

அசட்டு சிரிப்புடன் 'உன் பெயரென்ன' - வென்றான்.

ஆத்மீகா புன்னகைத்தாள்.

அவள் சரீரம் தடவிக்கொண்டே, பயப்படாத... நான் உன்னை பாத்துக்கிடுகேன் - என்றான் மணியன்.

ஆத்மீகா மீண்டும் புன்னைகைத்தாள்.

முதுகின் வழி கழுத்தில் ஏறி காதுமடலில் விரலை நிறுத்தி இதமாகச் சுழற்றினான் மணியன். ஆத்மிகாவின் உடல் குறுகுறுப்பில் ஏராளமான உணர்வுப்புள்ளிகளை உண்டாக்கியது. பட்டென்று எழுந்தமர்ந்து சுவரில் சாய்ந்துப் புன்னைகைத்தாள்.

கண்ணுக்கெட்டியது, கைக்கெட்டாத பதட்டத்தில் அவள் முகம் பார்த்து புன்னைகைத்தான் மணியன். முன்பக்க மார்பு வெளி தெரிய ஒருக்களித்து அமர்ந்தாள் ஆத்மீகா. முகமெங்கும் ஒரு மந்தகாச புன்னகை. நகர்ந்த வேண்டிய விதத்தில் நகர்த்தினால் 'இந்த அம்மியை' கண்டிப்பாக நகர்த்திவிடலாமென்ற நம்பிக்கை மணியனிடம் தோன்றியது. சுற்றும் முற்றும் பார்த்து மீண்டும், வெண்டைக்காயை ஒத்த அவள் விரல்களை பற்றிப்பிடித்து நீவிக்கொண்டே, அவளிடம் பேச்சுக் கொடுக்க முயன்றான்.

பயப்படாத...பாப்பா...நான்ஒன்னையஒண்ணும்செய்யமாட்டேன்-என்றான்.

ஆத்மீகா பயப்பட்டதாய் தெரியவில்லை. குழைவான ஒரு புன்னகையுடன், சரிவான வளைவுகளை கொண்ட உடல் குலுக்கி அவனை எதிர்கொண்டாள்.

மணியனும் காமம் கொப்பளிக்க சிரித்துக்கொண்டே 'நீ நல்ல பாப்பா ... உனக்கு என்ன வேண்டுமென்றான்...'

அவள் புன்னகை ஒன்றே பதிலாய் தந்தாள்.

சொல்லு... உனக்கு ஏதாவது வேணுமா?- மீண்டும் கேட்டான் மணியன்.

உடல் குழைந்து, புன்னகையோடு முதன்முறையாக ஒரு மறு பதில் தந்தாள் ஆத்மீகா.

என்ன தருவ? - பெட்டைக் கோழியின் குரலைப் போல் லேசான ஒரு கரகரப்பு அவள் மொழியில்.

என்ன வேணாலும்...!

என்ன வேணாலும்னா?

என்ன வேணாலும்ன்னா... என்ன வேணாலும்...! - ஆர்வம் கொப்பளிக்கப் பேசினான் மணியன்.

கீழுதட்டை நாக்கால் ஈரம் செய்து கொண்டு, அசையாமல் அவனையே பார்த்துக்கொண்டிருந்தாள் ஆத்மீகா.

உனக்கு எதாவது சாப்ட வேணுமா?

இம்ம்...ஹூம்... - இல்லையென்று முகமசைத்தாள்.

அப்ப, யாருக்காவது போன் பேசணுமா, இன்னா பார்த்தியா போனு? - அவன் கைபேசியை காண்பித்தான்.

இம்ம்...ஹூம்... இல்ல... - முகத்தோடு உடலசைத்தாள்.

படம் வரைய பென்சில், நோட்டு ஏதாவது?

இல்ல வேண்டாம்... - என்று கூறி புன்னைகைத்தாள்.

சிறிதான யோசனைக்கு பிறகு 'அப்ப கஞ்சா, போதை மாத்திரை மாதிரி ஏதாவது வேணுமா, எல்லாம் நம்ம கைவசம் இருக்கு'? - பெரிதாக இளித்தான் மணியன்.

ஏதோ யோசனையோடு அதெல்லாம் வேண்டாமென்று மௌனமாகத் தலையசைத்தாள் ஆத்மீகா.

வேற என்னதான் வேணும் உனக்கு? - ஆர்வ மிகுதியில் பேசினான் மணியன்.

சிறிதான பெருமூச்சோடு, 'வேற என்ன தருவ...' என்று முன்பக்கத் திரட்சிகளை அசைத்து, மெதுவாக புன்னகைத்தாள் ஆத்மீகா.

அவள் நெஞ்சு மேட்டிலிருந்து பார்வையை எடுக்காமல் , ஊறிய எச்சிலை தொண்டைக்குள் விழுங்கி, ஆர்வம் மேலிடக் கேட்டான் மணியன்.

வேற என்னதான் வேணும் உனக்கு?

உதட்டை உணர்ச்சி ததும்ப சுழற்றி, 'ஒரே ஒரு தடவை எங்க வீட்டுக்கு கூட்டிட்டு போவியா, எனக்கு அம்முவ பாக்கணும்?' - என்றாள் பரிதாபத்துடன்.

அம்முவா?

ஆமா.. - சொல்லும்போதே அவள் கண்களில் அன்பின் பாரம்.

யாரது... உன் அம்மாவா?

அம்மா இல்ல... - தலையை தரை நோக்கித் சாய்த்தாள்.

வேற யாரு... - ஆச்சர்ய கேள்வி எழுப்பினான் மணியன்.

நாய்க்குட்டி... என் செல்லக்குட்டி... - உணர்ச்சி கொந்தளிப்பிலிருந்தாள் ஆத்மீகா. கண்களில் கண்ணீர் கோர்த்து, நேரான கோடாய் வலது கன்னத்தில் மட்டும் வழிந்தது.

அங்குமிங்கும் பார்த்துக் கொண்டான் மணியன்.

ஏய்...அழாத... அம்முவ உனக்கு அவ்வளவு புடிக்குமா? - கொஞ்சும் குரலில் கேட்டான் மணியன்.

ஆமா... ரெம்ப...- சொல்லும் போதே கண்களை கடந்த கண்ணீரின் துளிகள் கன்னம் கடந்து, மார்பை நனைக்க ஆரம்பித்தது.

சரி... அழாத... நான் வேணா நாளைக்கு அம்முவ மாதிரி ஒரு நாய்க்குட்டி கொண்டு வரவா? - அவள் மாரழகை கண்களில் நிலைநிறுத்தி சொன்னான் மணியன்.

ம்ம்...ஹூம்... எனக்கு அம்மு தான் வேணும்... - சற்று சப்த அழுகையோடு சொன்னாள் ஆத்மீகா.

நீ அழாத... நீ அழுதா... நான் போயிருவேன்...-என்றான் மணியன்.

ப்ளீஸ்... ஒரு வாட்டி...ஒரே ஒரு வாட்டி அம்மூட்ட கூட்டிட்டு போவியா...- அதிகாரத்தோடும், சட்டென்று வெடித்த, உரத்த அழுகையோடும் கேட்டாள்.

சட்டென்றபதட்டத்தில்'அம்மாடி...அதுநடக்காது...'-எனஎழுந்தான்மணியன்.

அப்ப நீ நினைக்கிறதும் நடக்காது... - என்று முன்பக்க மார்புக் காட்சியை கைவிரல்களால் மூடி மறைத்து கண்ணீரோடு புன்னைகைத்தாள்.

மணியனால் அதன் பின்பு அங்கு நிற்க இயலவில்லை. இவளுக்கு பைத்தியமா? இருக்காது. தெளிவாக பேசிகிறாளே... நான் அவளிடம் வேண்டுவதை சரியாக புரிந்து கொள்கிறாளே... இவளா பைத்தியம்... கண்டிப்பா இருக்காது. 'இவள நம்புனா... உம்பாடு அம்பேல்தான் மணியா' - என்று மனதிற்குள் சொல்லிக்கொண்டான். விறு விறுவென நடந்தாலும் மீண்டும் மீண்டும், அவளின் உடல் செழுமை கண்ணின் முன்பு ஓவியமாய். 'சே... என்னா அழகா இருக்கா' - மனதிற்குள் ஆசுவாசப்பட்டான். 'போயும் போயி, நாய பாக்கணும்னு சொல்லுகா... புத்தி கெட்ட மூதி... பைத்தியார இளவுதான்...'- சட்டென்று மனம்மாறிய மணியனின் மனசாட்சியின் குரல். லேசாகக் குழம்பி, சிறிது தூரம் சென்று திரும்பி அவள் அறையை பார்த்தான். மார்புகள் குலுங்க மீண்டும் சுவரில் கிறுக்க ஆரம்பித்திருந்தாள் அவள்.

பெரிதான ஆரவாரம் ஏதுமில்லாமல் மூன்று நாட்கள் கழிந்திருந்தது. இரண்டு நாட்களாக சுமித்ராவின் குழந்தையின் அழுகை மட்டுமே மொத்த காப்பகத்தையும் ஆக்ரமித்திருந்தது. அவளை பெரிய ஆஸ்பத்திரிக்கு மாற்றியதால் அந்த சப்தமும் இன்று இல்லை. இயல்பான வழக்கமான ஒலியலைகள் காற்றெங்கும். யாருக்கும் சந்தேகம் வராதபடி, குட்டிப்

போட்ட பூனையாய் ஆத்மீகாவின் அறையைச் சுற்றி சுற்றி வந்துக் கொண்டிருந்தான் மணியன். இரண்டொரு முறை அவளிடம் பேச்சு கொடுக்க முனைந்த போது அவள் மனித உருவங்கள் வரைந்து கொண்டிருந்தாள். சில நேரங்களில் அவன் பார்க்க வேண்டுமென் பதற்காகவே, மார்பு தரிசனம் காட்டியது போலிருந்தது. முந்தாநாள் இரவில் ஒருமுறை அவனையழைத்து அம்முவை பாக்கணுமென அழுது, கெஞ்சினாள். அதன் பின்பு மீண்டும் படம் வரைச்சல். சில நேரங்களில் எதற்கும் தயாரென்ற உடல்மொழியில் மணியனைப் பார்த்து ஒரு குழைந்த புன்னகை. கோகிலா டாக்டர் அவள் இயல்பு நிலைக்கு திரும்புவதாக பேசிக் கொண்டார்கள். மணியனோ பெருங்குழப்பதில் இருந்தான்.

ஆத்மீகாவின் பேரழகு அவனுள் பெரும் காமத்தை விதைத்திருந்தது. தன் வாழ்நாளில் இப்படியொரு பெண் தனக்கு கிடைக்க மாட்டாளே என மனதிற்குள் பொருமினான் மணியன். ஆத்மீகாவின் வீட்டுக்கு அவளை கூட்டிச் சென்றால்தான் என்ன... வேறெங்கும் இல்லையே... பெரிதாக என்ன நடந்து விட முடியும்... ஏதாவது பிரச்சனையெனில் நோயாளி மனநிலை காப்பகத்திலிருந்து தப்பி விட்டார்... அவ்வளவுதான்... தலை போகிற காரியமா, என்ன?... இதற்கு முன் எத்தனை முறை நடந்திருக்கிறது. மொத்த காப்பகத்திற்கும் ஒரு காவலாளி போதாதென்று சூப்பர்வைசர் முருகன் எத்தனை முறை அதிகாரிகளிடம் பேசியிருப்பார்... 'பாவம், மணியன் ஒத்த ஆளா கிடந்து கஷ்டபடுகான்னு, எல்லோருக்கும் முன்னால் வச்சு பாராட்டினாரே'. சந்தேகம் வர வாய்ப்பே இல்லை. எப்படியும் தப்பித்து விடலாம் - என்ற உறுதி அவன் மனமெங்கும்... கடைசியில் அந்தக்குரங்கு அந்த பூமாலையை எப்படியும் கசக்கி விடத் தீர்மானித்திருந்தது.

காமம் ஒரு மனிதனை என்னபாடு படுத்துகிறது. என்ன மாதிரியான எண்ணவோட்டங்களையெல்லாம் ஏற்படுத்துகிறது. உறக்கம் விழித்ததும்

தெரிசை சிவா

ஏதோ ஒன்றை நோக்கி நகரத்தொடங்கும் உயிரிகளை நினைத்துப் பாருங்கள். உணவைத் தேடும் ஓட்டமது. உணவு கிடைத்த அடுத்த மாத்திரத்தில் துணையைத் தேடும் ஓட்டம். பின்பு மீண்டும் உணவை தேடும் ஓட்டம். பின்பு மீண்டும் துணையை தேடும் ஓட்டம். பெரிதான திட்ட மிடுதலும் சேமிப்பை பற்றிய கவலையும் இல்லாத எல்லா உயிர்களின் கூட்டு வாழ்க்கை முறை இதுதான். இயற்கை பணித்த திட்டம் இதுவே. ஆனால் மனிதன் என்ற உயிருக்குதான் எத்தனை விதமான தேடல்கள். இயற்கையி னுடையது என்றிருந்ததை என்று, என்னுடையது என்று எண்ணினானோ அன்றிலிருந்து ஆரம்பித்தது பிரச்சனை. என் மண் இது, என் பெண் இது, என்று இயற்கையைப் பழித்த அந்த நிமிடத்திருந்து ஆரம்பிக்கிறது இன்று வரை நாம் காணும் அத்தனை பிரச்சனைகளின் ஆணிவேர்.

ஏதாவது வில்லங்கமாகிவிடப்போகிறது என சில நேரங்களில் ஆசையை விடுத்தான் மணியன். மீண்டும் எதிர்பாராத ஒரு பொழுதில் ஆத்மீகாவின் உணர்வுக் கெஞ்சல்கள். அவளுக்குள் இருக்கும் மானசீகப் பிரச்சனையின் வலிமையை டாக்டர் கோகிலாவை விட மணியன் வெகுவாக உணர்ந்திருந்தான். நடப்பதெல்லாம் நடக்கட்டும். அவள் கேட்ட மாதிரி அவளை அவள் வீட்டுக்குச் கூட்டிச்சென்று விட, சனிக்கிழமை இரவை தேர்ந்தெடுத்திருந்தான் மணியன். உண்மைதான்... சனிக்கிழமை இரவே சரியான நேரம். ஞாயிறு விடுமுறை என்பதால் சனிக்கிழமை சாயங்காலம் தொட்டு, ஞாயிறு காலை பதினோரு மணிவரை மொத்த காப்பகமும் மணியனின் கட்டுப்பாட்டிலிருக்கும். சனியிரவு எட்டு மணிக்கு கிளம்பினால், எப்படியும் பத்து மணிக்கு முன்னால் வந்து விடலாம். வெறும் அரைமணிநேர இருசக்கர வாகனப் பயணம். அவள் இவ்விஷயத்தில் தெளிவாக இருக்கிறாள். இதை முடித்துக் கொடுத்தால் எப்படியும் ஆசைக்கு இசைவாள். அப்படி நடக்காவிட்டால் ஒரு பைத்தியத்தின் ஆசையை நிறைவேற்றிய ‘புண்ணியக் கணக்கில்’ இச்செயல் சேரட்டும் - என எண்ணினான். பலவித எண்ணவோட்டத்தில்

முடிவெடுத்த மணியன், அதற்குரிய முன்னேற்பாடுகளில் மும்முரம் கட்டினான். காப்பகத்தின் எல்லா இடங்களையும் நோட்டம் விட்டு, எப்படி, எந்த நேரத்தில், எவ்விடம் வழியாக வெளியேற வேண்டும், எப்படி மீண்டும் வர வேண்டுமென, என எல்லாவற்றையும் திட்டமிட்டான்.

✦ ✦ ✦ ✦

தீர்மானித்த படி ஆத்மீகாவை வீட்டில் விட்டு விட்டு சற்று தூரத்தில் காத்திருந்தான் மணியன். திட்டமிட்டபடியே எல்லாம் நடந்திருந்தது. சரியாகச்சொன்னால் அதைவிடச் சிறப்பாக. சொன்ன நேரத்தில், சொன்ன இடத்திற்கு எந்த வித பிரச்னையுமில்லாமல் திரும்பி வந்திருந்தாள் ஆத்மீகா. யாருக்கும் சந்தேகம் வராமலிருக்கக் காப்பகச் சீருடையின் மேல்புறம், மணியனின் முழுக்கை பனியனைப் போட்டிருந்தாள். மணியனுக்கு எல்லாம் ஆச்சர்யமாக இருந்தது.

அம்முவ பார்த்தியா? வண்டியில் அவசர அவசரமாய் ஏறிக்கொண்டே கேட்டான் மணியன்.

ஆமாம் என்று தலையசைத்து வண்டியின் பின்னமர்ந்தாள்.

அம்மாவ பாக்கல?

அம்மா வெளிய வரமாட்டாங்க... கேன்சர் வலியினால, எப்பவுமே படுத்த படுக்கைதான். - தெளிவாகப் பேசினாள்.

உண்மையில் இவளுக்கு பைத்தியம் தானா? இல்லை நடிக்கிறாளா? - மனதிற்குள் குழம்பிக்கொண்டே காப்பகத்தை நோக்கி வண்டியை விரட்டிக் கொண்டிருந்தான் மணியன். ஆத்மீகா ஆணின் ஸ்பரிசத்திற்கு ஏங்கியது போல் அவனோடு ஒட்டியிருந்தாள். அவள் நெஞ்சின் கனங்கள், முதுகில் பாய மும்முரமாய் வண்டியோட்டிக்கொண்டிருந்தான் மணியன். காப்பகத்தை அடையும் பரிதவிப்பு பெரும் பாடாய் படுத்தியது. ஒன்பது நாற்பதெற்கெல்லாம் காப்பகத்தை அடைந்திருந்தனர். காப்பகம் முழுதும்

தெரிசை சிவா 33

மயான அமைதி. மணியன் நிம்மதி பெரு மூச்சு விட்டான். செல்போனை எடுத்து சூப்பர்வைசர் ஏதும் அழைத்திருக்கிறாரா என்று நோக்கிக் கொண்டே, ஆத்மீகாவின் அறையை நோக்கி நடக்கலானார்கள் இருவரும். அறைக்கு அடுத்து வந்ததும் இவன் எதிர்பார்க்க ஒரு கணத்தில் அவனை வாரியணைத்து முத்தமிட்டாள் ஆத்மீகா. எதிர்பாராத அணைப்பில் சற்று தடுமாறிவிட்டான் மணியன். பயத்தில், வெட்கத்தில், பூரிப்பில் சுற்றும் முற்றும் பார்த்துக் கொண்டான்.

'மொதல்ல உள்ள போ... வரேன்... வரேன்... கொஞ்ச நேரத்தில் வரேன்... இந்த முழு ராத்திரியும் நம்மளுக்குதான்' - என்று அவளை அறைக்குள் செலுத்தி அவசரமாக கதவை மூடினான் மணியன். உடம்பெங்கும் கிளர்ச்சிபொங்க, காப்பகத்தின் மற்ற எல்லா பிளாக்கையும் சுற்றி நோட்ட மிட்டான். ஒரு பதினோரு மணிக்கு மேல் 'பணி'-யை ஆரம்பிக்கலாமென முடிவு செய்திருந்தான். என்ன அவசரம். கஷ்டமான காரியம் எல்லாம் சிறப்பாக செய்தாயிற்று. இனி பயமின்றி அவளை பருகித் திளைக்கலா மென, பற்பலஎண்ணவோட்டங்கள்அவன்நெஞ்சுக்குள்ஓடிக்கொண்டிருந்தது.

மணி பதினொன்று பத்து ஆகியிருந்தது. உடம்பெங்கும் காமம் பீறிட, ஆத்மீகாவின் அறைக்கு வெளியே நின்றிருந்தான் மணியன். வெளிப்பக்க லைட்டை அணைத்திருந்தான். மணியனின் பனியனோடு தரையில் 'பூக்குவியலாய்' குவிந்து கிடந்த ஆத்மீகா, அவள் வரைந்த அம்மு, அம்மாவென்ற வார்த்தைகளை தடவிக் கொண்டிருந்தாள். பூட்டை திறந்து பின்பக்கமாய் அவள்மேல் படர்ந்தான் மணியன். சட்டென்று திரும்பிய ஆத்மீகாவும் புன்னைகைத்து அவனை அணைத்துக் கொண்டாள். பூசு பூசுவென்றிருந்த அவளை பூதமாய் நசுக்கத் தொடங்கினான் மணியன். உணர்வுத் தத்தளிப்பில் அவள் உடைகளைக் களைய முற்பட்டு, அந்த பனியனைக் கழற்றினான்.

உள்நாக்கில் தேள்கொட்டியது போல், பின்முதுகில் ஆணியறைந்தது

போல் 'பேரதிர்ச்சி'. வெள்ளைநிற காப்பகச் சீருடை முழுதும் குவியல் குவியலாய் ரத்த துளிகள். சிவப்பு சிவப்பாய் காய்ந்த இரத்த தீட்டல்கள்.

உடம்பெங்கும் பதட்டம் பற்ற 'உதறி' 'பதறி' எழுந்து வெளியே ஓடினான் மணியன். எந்த வித அதிர்வுமில்லாமல் அவன் செய்த செய்கையில் மயங்கி, கிறங்கி கிடந்தாள் ஆத்மீகா.

பதட்டம் தணிந்து, தன்னிலை திரும்ப சில நிமிடங்கள் ஆகியது. என்ன நடந்திருக்கும்? மூச்சு இன்னும் சீராகவில்லை. என்னதான் நடந்திருக்கும்? நடந்தவைகளை நினைவுபடுத்த முயற்சிக்கையில், அவன் செல்போன் வீறிட்டு அலறியது. சூப்பர்வைசர் முருகனிடம் இருந்து அழைப்பு.

மணியா... எந்த ப்ளாக்குல நிக்க...

ஆ ப்ளாக்குல ணே... இந்த நேரத்துல கூப்டிருக்கீங்க? - பயத்தை வெளிக்காட்டாமல் பேசினான்.

அங்கதான் வந்திட்டு இருக்கேன்... அந்த அ பிளாக் புது பேசியென்ட் ஆத்மீகாவ வெளிய கூட்டிட்டு போக வேண்டியிருக்கும்... போலீஸ் கொஞ்சம் விசாரிக்கணும்னு சொல்லுகாங்க

ஏன்... என்னாச்சு ணே...

அந்த பிள்ளைக்கு அம்மைய யாரோ கழுத்தறுத்து கொன்னுட்டாங்களாம்...

சப்த நாடிகளும் அடங்க, 'பொத்தென்று' மண்ணில் விழுந்தான் மணியன்.

யாரோ சொல்லி வைத்ததுபோல் தூரத்து சர்ச்சின் ஒலிப்பெருக்கியில் அந்த வாசகங்கள் கேட்டுக்கொண்டிருந்தது.

'ஆவியில் எளிமையுள்ளவர்கள் பாக்கியவான்கள்; பரலோகராஜ்யம் அவர்களுடையது.

துயரப்படுகிறவர்கள் பாக்கியவான்கள்; அவர்கள் ஆறுதலடைவார்கள்.'

மத்தேயூ - அதிகாரம் 5

கூடப்பொறப்பு

மேகமே மடுவாகி, பாலாய், ஊர் முழுதும் புதுமழைப் பெய்திருந்தது. மழைன்னா... மழை அப்படி ஒரு மழை. தண்ணியாய், வெள்ளமாய், நீராய், குடம் குடமாய், வரி, வரியாய் பெய்துத் தீர்த்தது மழை. இதற்காகவே காத்திருந்த விவசாயிகள் அனைவரின் முகத்திலும், பயிரேத்தத் துடிக்கும் பூரிப்பு. மண்ணிலிருந்து, பொங்கித் தின்னும் ''சோற்றை'' உருவாக்கும் உத்வேகம். சொந்தவயில் உள்ளவன், பாட்டவயில் உள்ளவன், ஏர்மாடு வைத்தவன், மண்வெட்டி சூட்சமம் தெரிஞ்சவன் - என எல்லோர் கால்களிலும் ஒரு ஓட்டம். ஒரு அவசரம்.

விவசாயம்னா.. அப்படிதான். மண்ணுல பயிறு மொளைக்கிறத பார்க்கிறதும், வாய்க்காலுல தண்ணி வருகத பார்ப்பதிலும் 'உற்சாகம்'. மண்ணும், தண்ணியும் கலந்த ''தொளியில'' நிக்குறது, விண்ணும், மழையும் கலந்த ''மேகத்துல'' நிக்குறதுக்கு சமம். விளைஞ்சு, குனிஞ்சு நிக்குற ''கதிர'' பாக்குறப்ப, சமைஞ்சு, குழைஞ்சு நிக்குற ''பொண்ண'' பாக்குற சந்தோசம். கொத்து கொத்தாய், ''நெல்லப்'' பாக்குறப்போ, கட்டி

கட்டியாய் ''பொன்னைப்'' பார்த்த பூராப்பு. வளர்ந்தப் பயிரை, பொம்பளையாக் கட்டிப் புடிச்சி, உச்சம் கண்ட ''விவசாயக் கிறுக்குக'' இப்பவும் உண்டு ஊர்ப்புறத்துல.

கலப்பையும், மரமுமாய், காளையும், போத்துமாய் சேர்ந்து, மண்ணைக் கீறி உழுது, கொழையருக்கி, சாணி உரம் போட்டு, மட்டத்துக்கு மரமடிச்சு, திருப்தி இல்லாம தட்டுப் பலகை வீசி நிரப்பாக்கி, வெள்ளம் சேர்த்து, இடைவெளி விட்டு விதைச்சு, நாத்து நட்டு, வளர வளர காவல் காத்து, பச்ச புள்ளைக்கு பாலு கொடுக்கத போல, பச்சை நாத்துக்களுக்கு நீர் கொடுத்து, களையெடுத்து, விளையிறதுக்கு முன்ன, குடியானவன் ''பரலோகமே'' பார்த்திருவான். இடையில புயலோ, வெள்ளமோ, மழையோ வந்திச்சின்னா கூடவே ''சிவலோகமும்'' தெரியும்.

எல்லாத்தையும் எப்படியோ சமாளிச்சு, கதிரறுருத்து, சூடடச்சு, சண்டுவிட்டு, பொலியளந்து, கூறடிக்கும், பாட்டத்துக்கும் கொடுத்தது போக, மீதி முதலானத வச்சி, வரவு செலவு கணக்குப் பார்த்தா.. கைல காசெதுவும் நிற்காது. இருந்தாலும் சாக்குலயோ, பிரையிலயோ குவிச்சு, கட்டி வச்சிருக்க ''வீட்டரிசி'' நெல்லப் பார்த்ததும், ''இன்னும் நாலஞ்சுமாசம் பிள்ள குட்டிகளுக்கு சாப்பாட்டுக்கு பஞ்சமில்லை'' -ன்னு ஒரு ''மனசமாதானம்'' வரும் பாருங்கோ. அந்த சமாதான நினைப்புதான் ''அடுத்த மழை'' பூமியில விழுந்ததும், ''வாங்கடே.. போய் மண்ணைக் கிளருவோம்னு'' மூளையை திசைத்திருப்பி, திரும்பவும் பயிரேத்த வைக்கிறது.

வயிலடி முழுதும் நீர் குடித்த ''தொளி'' - யின் மணம். வடக்குப்பத்து, தெக்குப்பத்து, தெள்ளாந்திப்பத்து, குளக்கரைப்பத்து, சுடுகாட்டுப்பத்து என எங்கும் அழுக்கேறிய மனிதர்கள். அவர்களின் நிறைத்த உழைப்புகள். நகைச்சுவைப் பேச்சுக்கள். மனிதர்களை விட அழுக்கான மாடுகள்.

நளினமாய் நடவு செய்யும் நன்றிக்குழி குமருகள் மற்றும் கிழவிகள், கேட்க, கேட்கத் திகட்டாத அவர்களின் ''பேச்சு மொழிகள்''. ஒட்ட முடிவெட்டிய கிழட்டுப் பண்டாரங்களாய், இலையிழந்த பூவரசு மற்றும் புங்க மரங்கள். வயலில் உழுதுக் கொண்டிருக்கும், அப்பாவுக்கோ, அண்ணனுக்கோ, அத்தானுக்கோ, தாத்தாவுக்கோ தூக்கு வாளியில் ''ஆகாரத்தை'' வைத்துக்கொண்டு, வழுக்கும் தொளியில், நடையும், நடனமும் பழகும், ''புதிதாய் வயலடி வரும் விடலைகள்''. அவர்களைக் கேலி செய்யும் ''பெருசுகள்''.- என திரும்பும் பக்கமெல்லாம் திருவிழாக் கோலம். சிரிப்பு மழைகள், பேச்சு வெடிகள்.

தங்கப்பபிள்ளையின் வயல் நடவுக்குத் தயாராக இருந்தது. ஈருநேரு கட்டியடித்த மரம், வண்டலும் தண்ணீரும் கலந்த வயலை, ''கடல்'' போல் ''நிரப்பாகக்'' காட்டியது. நாத்தங்காலில் பறித்த ''நடவு நாற்றுக்கள்'' மல் வேரூன்றும் ஆசையோடு, வரப்புகளில் சிரித்துக் கொண்டிருந்தது. வெள்ளை பனியனும், கட்டம் போட்ட சாரமும் அணிந்திருந்த தங்கப்பபிள்ளை, சூரியனையும், குலச்சாமியையும் கும்பிட்டு விட்டு, வடகிழக்கு மூலையில், ''முதல் நடவு'' நட குனிந்த போதுதான் மிலிட்ரி காரரின் மகன் ராகவன் மூலமாய், காதுகளில் அந்த வார்த்தை விழுந்தது.

''வேய்... மாமா... உம்ம மகளுக்கு வயிறு வலி வந்திடுச்சு... மகேசுக்கு வண்டியில புத்தேரி ஆசுத்தரிக்கு கொண்டு போறாங்களாம்.''

அவர் இதை எதிர்ப்பார்த்ததுதான். சட்டென்று வேகமாகி, முதன் முதலாய் இரண்டு மூன்றுக் கொத்து ''முதல்நடவு'' நட்டு விட்டு, வேலையாட்களிடம் பாக்கி நடவு காரியங்களை சுருக்கமாகச் சொல்லி, வரப்பில் செங்குத்தாய் குத்தி வைத்திருந்த ''கேள்விக்குறி'' கைப்பிடிக் கொண்ட ''குடை''-யைப் பிடுங்கி கொண்டு,

‘‘மக்கா.. ராகவா.. ஒரு கண்ணு இங்கயும் பார்த்துக்கப்போன்னு’’ – பக்கத்து வயல்காரனிடம், வயல் நடவை மேற்பார்வை செய்ய வேண்டுகோள் வைத்து, வீடு நோக்கி ஓட்டமும், நடையுமாய் விரைந்தார் தங்கப்பபிள்ளை.

தங்கப்பபிள்ளை நாற்பதெட்டு வயது சம்சாரி. வேளாண்மை மட்டும் தெரிந்த முழுநேர விவசாயி. மண்ணு, மம்முட்டி, மாடு, பாலு, கிடாரி, வாழை, தென்னை, கமுகு, புண்ணாக்கு, பருத்திகொட்டை, தெப்பக்குளம், ஊர்கோவில், அரச மரம், டீக்கடை இவைகள்தான் இவர் உலகம். இப்போது டிவியும், மகள் வாங்கி கொடுத்த போனும் கூடுதலாக இவர் உலகத்திற்குள் வந்துள்ளது.

மகள் ஈஸ்வரியும், மனைவி உலகம்மையும் தான் ‘‘உற்றஉறவுகள்’’.

பாக்கி ‘‘உறவுகள்’’ - ஊரில் உள்ள வயது கூடிய எல்லாரையும் அழைக்கும் உறவுப் பதங்களான, யண்ணன், யத்தான், மாமோய், பாட்டாவ், யத்தே, யாச்சியோ, - போன்றவைகள்.

தன்னை விட வயது குறைந்த எல்லாரையும் ‘‘மக்கா’’ என்ற ஒற்றை உறவு பதத்திற்குள்ளேயே அடக்கி விடுவார் தங்கப்பபிள்ளை.

மது அருந்தியிருக்கும்போதோ அல்லது வேறு ஏதேனும் காரணத்திற்காகவோ, ஊரில் உள்ளவர்கள் மீது கோபம் வரும்போது சொல்லுகின்ற, ‘‘தே..யா மகன், கூ... மகன், பு.. மகன், போன்ற பதங்களுக்கு வயது வித்தியாசம் இல்லை. கோபம் தீரும் வரை ஒன்று மாற்றி ஒன்று, வந்து கொண்டே இருக்கும்.

ஆண்டாண்டுகளாய் மண்வெட்டிப் பிடித்து, பூமிக்கிளறிய ‘‘ஊக்கம்’’ தங்கப்பபிள்ளையின் தேகமெங்கும் தெரிந்தது. வழித்து விட்ட

கற்சிலையைப் போன்றதொரு உடல். எண்ணெய் படிய வாரியத் தலை. உயரம் இல்லை, குட்டையென்றும் கூற முடியாத சராசரி உயரம். ''உடலுழைப்பு'' உடம்பில் இன்னும் இளமையை தக்க வைத்துக் கொண்டிருந்தது. தடித்த ''நல்லமிளகை'' போன்ற மார்புக் காம்புகளை, எந்நேரமும் அடைகாத்துக் கொண்டிருக்கும் முண்டாபனியன். பெரும்பாலும் இடுப்பில் கட்டம் போட்ட ''சங்குபிராண்ட்'' சாரம். கோவில் திருவிழாக்கள், திருமண நிகழ்வுகளுக்கு மட்டும் பால்ராமபுற ''கறைவேஷ்டி''.

உற்றவள் உலகம்மை மணமகனுக்கு ஏற்ற மணவாட்டி. சொந்த அத்தை மகள்தான். அவர்களின் திருமணத்தின் போது உலகமறியா விடலைப் பெண், உலகம்மையின் வயது பத்தொன்பது. தங்கப்பபிள்ளைக்கு இருபத்தியாறு. இதோ.. இப்போதுதான்... இருபத்தியொரு ஆண்டுகளுக்கு முன், அவர்கள் திருமணம் நடந்த மாதிரியிருந்தது. ஆனால் இப்போது அவர்களின் மகளின் தலைப்பிரசவத்திற்காக, தலைத் தெறிக்க ஓடிக்கொண்டிருக்கிறார் தங்கப்பபிள்ளை.

வாழ்க்கை ஓட்டத்தின் வேகத்தைப் பாருங்கள். ஒரு உயிர் மனிதனாகப் பிறந்து, மற்றொரு உயிரோடு இணைந்து, ஆறேழு கிலோமீட்டருக்குள், மொத்த வாழ்க்கையையும் வாழ்ந்து முடிக்கும் ''பெருமிதம்'' கிராமங்களில் வாழும் வெள்ளந்தி மனிதர்களிடமே சாத்தியம். பெரிதான எதிர்பார்ப்பு ஏதுமில்லாமல், தன்னைச் சேர்ந்தவர்கள் நலன் ஒன்றே குறிக்கோளாக வாழ்ந்து, அவர்களுக்காகவே உழைத்து, உழைத்து பின் மடியும், அத்தனை சராசரி மனிதர்களும் ''சாதனையாளர்கள்''-தாம். உற்றவர்களின் சிரிப்பிற்காக, உறவுகளின் சந்தோசத்திற்காக, தன் வாழ்க்கையை முற்றிலுமாய் அர்ப்பணிக்கும் அனைவரும் ''அசாத்தியமானவர்கள்''-தாம்.

தங்கப்பபிள்ளை மனைவி உலகம்மை மீதும், மகள் ஈஸ்வரி மீது அளவற்ற பாசம் கொண்டவர். இப்போதும் தன்மகளை ஒரு குழந்தையாக பாவிக்கும் மனோபாவம் கொண்டவர். அவளுக்கு இப்போது ஒரு குழந்தை வரப்போகிறது என்பதை, அவராலேயே சிலநேரங்களில் நம்ப முடியவில்லை. தலைப்பிரசவத்திற்கு வந்திருந்தாலும், ஈஸ்வரியும் இன்னும் குழந்தை மனதோடுதான் இருந்தாள். இப்போதும் வெளியில் போய்கொண்டு வீட்டுக்கு வரும் அப்பாவிடம், ''பண்டம் ஒண்ணும் வாங்கலையாப்பானு'' கேட்கும் வெள்ளந்தி மகள்தான். ''பிள்ளைக்கு ஏதாவது வாங்கீட்டு வரவேண்டியது தானே''-ன்னு உலகம்மையும் கடிந்து கொள்வதுண்டு. இதனால்தான் வெளியே போய் வரும் போதெல்லாம ரெண்டு உளுந்த வடையோ, ஆமை வடையோ, முள்ளுமுறுக்கோ, கடலைமிட்டாயோ, ஓமப்போடியோ வாங்காமல் தங்கப்பபிள்ளை வீட்டுக்குள் நுழைவதில்லை. உலகம்மையும், ஈஸ்வரியும் அதனை ''அடி'' போடாமல் தின்றதும் இல்லை.

''ரெண்டு பேரும்.... அம்மையும், மகளுமா? அல்லது அக்காளும், தங்கச்சியுமாட்டி? – எனச் செல்லமாக அவர்கள் சண்டையை தங்கப்பபிள்ளை கடிந்துக் கொள்வதும் உண்டு. தின்னும் பொருளின் ருசியோ அல்லது வாங்கி தரும் தங்கப்பபிள்ளையின் பாசமோ என்னவோ, அவர்களின் பாசப்பிணைப்பை, ஆண்டாண்டு காலத்திற்கு ''ஈரமாகவே'' வைத்துள்ளது.

புத்தேரி மருத்துவமனை அதற்குரிய வழக்கமான பரபரப்புடன் இருந்தது. 1895-ம் ஆண்டு, ஆங்கிலேயர் ஹென்றி ஆண்ட்ரூசால் வெறும் ஒரு குளியலறையில் ஆரம்பிக்கப்பட்ட மருத்துவமனை, இன்று காதரின் பூத் மருத்துவமனையாய் ஏகப்பட்ட வசதிகளுடன் கற்கட்டிடமாய் வளர்ந்து நிற்கிறது. இன்று CBH என்று செல்லமாக அழைக்கப்படும்

மருத்துவமனைக்கு, தங்கப்பபிள்ளை சென்று சேரும்போது ஈஸ்வரியை அவசரப்பிரிவிற்கு கொண்டு சென்றிருந்தார்கள். உலகம்மை பரிதவிப்புடன் அறைவாசலில் நின்று கொண்டிருந்தாள். அவள் உடம்பெங்கும் வியர்த்திருந்தது. தங்கப்பபிள்ளையை பார்த்ததும் கண் கலங்கினாள்.

''எட்டி.. கிறுக்கி மாறி... கண்ண கசக்கிட்டு...,வரும்போது யாக்கியம்மன் கோவிலுக்கு போயிட்டுத்தான் வந்தேன்'' – என்று சொல்லி திருநீறைக் கொடுத்தார். பயபக்தியோடு அதனை வாங்கி நெற்றியிலிட்டு, சிறிது வாய்க்குள்ளும் இட்டாள். பின்பு கண்ணீர் மல்க, வான் நோக்கி வேண்டினாள்.

''மகமாயி... அம்மையும் பிள்ளையையும் ரெண்டு பாத்திரம் ஆக்கிடம்மா''

தங்கப்பபிள்ளையும் கைகோர்த்து, வான் பார்த்து வாய்க்குள் ஏதோ முணு முணுத்தார்.

''மாப்பிளைக்கும், அவங்க வீட்டுக்கும் சொல்லிட்டேளா?''

''போன்ல சொல்லியாச்சு.. எல்லாரும் இன்னைக்கு ராத்ரி கிளம்பி, நாளைக்கு காலையில வந்திருவாங்களாம்... ஆசுத்ரி அட்ரசும் கொடுத்திருக்கேன்....'' – என்றார் தங்கப்பபிள்ளை.

சில நிமிடங்கள் இருவரும் பேசிக்கொள்ள வில்லை. நர்சுகள் அங்குமிங்கும் போவதும், வருவதுமாக இருந்தனர். ஏதோ நினைப்பில் உலகம்மை, தங்கப்பபிள்ளையிடம் பேசினாள்.

''பிள்ள... வலியில.. துடிச்சிட்டு,,,,, கேட்டேளா,,... பார்க்கவே கஷ்டமாயிட்டு..''

''வருத்தப்படாதடீ... இது எல்லா பொம்பளைகளுக்கும், உள்ளதுலா....'' – ஆறுதலாகப் பேசினார் தங்கப்பபிள்ளை. உலகம்மை தொடர்ந்தாள்.

''கடவுள் ஏன் தான் இப்படி படைச்சாரோ பொம்பளைகள... இப்படி நொந்துதான் பிள்ளை பெறணுமா.... எச்சி துப்பர மாறி, நகம் வெட்டுற மாறி, முடி வெட்டுற மாறி... புள்ள பொறந்தா என்னா.... அதுக்கில்லாம.... இது என்னா அவஸ்தைப்பா.''

தங்கப்பபிள்ளைக்கு சிறிதாக கோபம் வந்தது.

''இனி நீ பிள்ளை பெறும்போது... அப்படி பெத்துரு''-ன்னு சற்று ஆவேசமாக பதில் சொன்னார்.

உலகம்மை பதிலேதும் பேசவில்லை. ஈஸ்வரியைப் பற்றிய கவலை இருவர் மனதிற்குள்ளும் நிழலாடியது. அவசரப்பிரிவிற்குள் நர்சுகள் போவதும், வருவதுமாக இருந்தனர். ஆனால் உள்ளே என்ன நடக்கிறது? ஒரு விவரமும் இல்லை.

சிறிதான ஆவலுடன், பெரிதான திகைப்புடன் கழிந்தன ஐந்தாறு நிமிடங்கள். அப்போதுதான் தங்கப்பபிள்ளை எதிர்ப்பார்க்காத ''அந்த விஷயம்'' நடந்தது.

பெஞ்சிலிருந்து, இருந்த இருப்பிலேயே மயங்கி சாய்ந்தாள் உலகம்மை. ஒரு நிமிடம் அதிர்ந்து விட்டார் தங்கப்பபிள்ளை.

''எட்டீ... எட்டீ... எட்டீ... உலகம்ம... எட்டீ..'' – தோள்களைப் பற்றித் தூக்கி கத்தினார் தங்கப்பபிள்ளை.

உலகம்மையிடம் எந்த அனக்கமும் இல்லை.

வெகுவிரைவில் ஆஸ்பத்திரி ஊழியர்கள் மற்றும் நர்சுகள் சேர்ந்து

உலகம்மையை சிகிச்சைக்காக தூக்கிச் சென்றனர்.

தங்கப்பபிள்ளைக்கு கையும் ஓடவில்லை.. காலும் ஓடவில்லை. என்ன செய்ய? ஏது செய்ய, யாருக்காவது போன் செய்யலாமா? ஒரே குழப்பம் சில மணித்துளிகளுக்கு.

''சவம்... மகளுக்கு கூடச்சேர்ந்து இவளும் காலையில, ஆகாரம் ஒண்ணும் தின்னுருக்க மாட்டா... அதான் குடியாத்தளச்சையில மயங்கிட்டா'' – என மனதிற்குள் அவருக்கு அவரே சமாதானம் சொல்லிக் கொண்டார்.

அரைமணிநேரம் குழப்பமும், தவிப்புமாக ஆஸ்பத்திரி பெஞ்சில் கழிந்தது. இடையே ஒருமுறை மருத்துவமனை கவுண்டரில் சென்று முன்பணம் கட்டச் சொல்லியிருந்தார்கள். பணத்தை கட்டி முடித்து திரும்பி வரும் வேளையில்தான், ஒரு நர்ஸ் சிரித்துக்கொண்டே அந்தச் செய்தியைச் சொன்னார்.

''மயங்கி விழுந்தது... உங்க பொண்டாட்டி தான... அவங்க பிள்ளை உண்டாகி இருக்காங்கன்னு''

காதுகளில் விழுந்த கேள்வியை, மனது ஏற்க மறுத்தது. அதிர்ச்சியோடு நின்று கேட்டுக் கொண்டிருந்தார் தங்கப்பபிள்ளை. நர்ஸின் உடல் மொழியில் ஒரு நையாண்டித்தனம் இருந்தது. முகத்திலிருந்த சிரிப்பு, தங்கப்பபிள்ளையின் ''கிழட்டு பராக்கிரமத்தை'' கிண்டல் செய்வதாகத் தோன்றியது. அதிர்ச்சியின் தாக்கத்திலிருந்ததால், அவறேதும் ''மறுபடி'' கொடுக்க வில்லை.

சிரிப்பை அடக்கிக்கொண்டு, உலகம்மை மயக்கம் தெளிந்து விட்டதாகவும், குடிக்க எதாவது வாங்கி வருமாறும் கூறினாள் நர்ஸ்.

இரண்டு செவ்விளநீர் வாங்கிகொண்டு, மருத்துவமனை அறைக்கு சென்று, உலகம்மையின் பக்கத்தில் அமர்ந்தார் தங்கப்பபிள்ளை. குற்ற உணர்வின் உச்சத்திலிருந்தனர் இருவரும். ஒருவர் முகத்தை ஒருவர் பார்க்க சிறுகூச்சம். மெதுவாக உலகம்மை, கவலையோடு பேச ஆரம்பித்தாள்.

''அன்னைக்கு சொல்ல... சொல்ல கேட்டேளா... இப்பம் எவ்வளவு பெரிய கேவலம்...''

''என்னைக்கு''

''ஆங்.... அன்னைக்கு... மூர்த்திக்கு மக கல்யாணத்திற்கு போயிட்டு ''மூணு கால்ல'' வந்தேள்ளா... அன்னைக்கு''

தங்கப்பிள்ளைக்கு விசயங்கள் பாதி நினைவுக்கு வந்தது.

''எனக்கு... அன்னைக்கு நடந்ததுல பாதி... நினைவே இல்லை... சரி விடு... இப்ப வேற என்ன செய்யதுக்கு...''

''வேற என்ன செய்துக்கா.... அங்க மக பிள்ளை பெறக் கிடக்கா... நான் இங்க அம்மை ''பிள்ளை'' உண்டாயிருக்கேன்... சீ... நல்லக் கூத்து... உங்கள ஒத்தரும் ஒண்ணும் சொல்ல மாட்டாங்க... என்னைய தான் காறித் துப்புவாங்க..''

''இதுல காறித் துப்பதுக்கு என்ன இருக்கு?''

''அப்பம்... ஒரு காரியம் செய்யுங்கோ.... முதல்ல உங்க மகள்ட விசயத்தை சொல்லுங்கோ... அப்பறம் மாப்பிளைடையும், அவங்க வீட்லயும் சொல்லிட்டு, பழமும் சீனியும் வாங்கி ஊரு புல்லா விளம்புங்கோ...'' – கோபத்தில் கொக்கரித்தாள் உலகம்மை.

தங்கப்பபிள்ளை எதுவும் பேசவில்லை.. வெட்கிக் குனிந்திருந்தது

மாதிரியிருந்தது. உலகம்மை ஏதோ யோசனையில் மீண்டும் பேசினாள்.

''ச்சே... மானம் கெடுத்தாச்சு... அங்க பிள்ளை எப்படி இருக்கா?''

''நர்சுகோ ஒண்ணும் தெளிவா... சொல்லலை... இவ கூட போனதுல, மூணுப்பேருக்கு பிள்ளை பொறந்தாச்சாம்..''

''கள்ளியங்காட்டு தேவி.. ஒரு நல்ல செய்தியை கொடம்மா...- மகளை நினைத்து சாமியிடம் வேண்டினார்.

தங்கப்பபிள்ளை மெதுவாகப் பேசினார்.

''எட்டீ... ஒரு காரியம் செய்வோம்... நம்ம விசயத்தை இப்ப யார்ட்டையும் சொல்லாண்டாம்... முதல்ல பிள்ளைக்கு, விசயத்தைப் பார்ப்போம்..''

உலகம்மையும் ஆதரவாய், தலையசைத்து, மீண்டும் பெஞ்சில் சென்று அமர்ந்த, சில நிமிட நேரத்தில் ஒரு ''குண்டு நர்ஸ்'' வந்து சொன்னாள்.

''உங்களுக்கு பேரன் பொறந்திருக்கான்.. சுகப் பிரசவம்தான்னு''

சந்தோசத்தின் உச்சத்திற்கு சென்றனர் தங்கப்பபிள்ளையும், உலகம்மையும். எல்லோருக்கும் போன் போட்டுச் சொன்னார்கள். மகன் பிறந்ததில் மாப்பிளைக்கும், அவர் வீட்டாருக்கும் மட்டற்ற மகிழ்ச்சி. காலையில் வந்து சேர்ந்து விடுவதாகச் சொல்லி, போனை வைத்தனர்.

புதிதாய் உலகைக் கண்ட, புத்தம்புதிய பிஞ்சை, துணியில் சுற்றி உலகம்மையிடம் கொடுத்தார்கள். சந்தோஷப் பூரிப்பில், நர்சுகளின் கையில் சில நூறு ருபாய் தாள்களைத் திணித்தார் தங்கப்பபிள்ளை. ஆஸ்பத்திரியில் உள்ள அனைவருக்கும் ''இனிப்பு'' வாங்கிக் கொடுத்தார். குழந்தையை மடியில் வைத்துக்கொண்டு எல்லாவற்றையும் கவனித்துக்

கொண்டிருந்தாள் உலகம்மை. கண்களை, கைகளை மூடி குழந்தை தூக்கத்திலிருந்தது. காற்றில் பறக்கும் கோழி இறகாய் மனம் எங்கெல்லாமோ பறந்தது. மனக்குழப்பம் உருவாக்கிய கேள்விக்கணைகள் நெஞ்சமெங்கும் குத்திக் கிழித்தது.

நாற்பத்தியோரு வயதில் குழந்தை உண்டாகிய, தன்னைப் பற்றி உலகம் என்ன நினைக்கும்?

உலகை விடு...

ஊர் என்ன நினைக்கும்?

ஊரை விடு...

குடும்பத்தார் என்ன நினைப்பார்கள்?

குடும்பத்தாரை விடு...

சம்பந்தி என்ன நினைப்பார்கள்?

அவர்களையும் விடு...

ஈஸ்வரி என்ன நினைப்பாள்?

சீ... கேவலமாகத் தோன்றியது.

என்ன செய்யப் போகிறோம்?

அடுத்தடுத்த வந்த கேள்விகள், நிம்மதி குலைப்பதாயிருந்தது. அறுபடக் காத்திருக்கும் காசாப்புக்கடை ஆட்டின் பார்வையைப்போல், பரிதாபம் மேலோங்கியது. மலங்க மலங்க விழித்தபடி ஒரு இறுதி முடிவுக்கு வந்திருந்தாள் உலகம்மை.

வெளிக்கு வெளித்தெரியாமல், யாரும் அறியாமல் ''கலைத்து'' விட வேண்டியதுதான். அவள் நினைப்பில், ''ஒரு தீர்க்கமான முடிவின் சாயல்'' தெரிந்தது.

சரியாக பதினெட்டு நாட்கள் கழித்து, தங்கப்பபிள்ளையும், உலகம்மையும் வெளிக்கு வெளித்தெரியாமல், திருவனந்தபுறத்திற்குச் சென்று கருவைக் கலைத்து விட்டு வந்திருந்தனர். ஊர் வந்து சேரும் போது இரவு மணி ஒன்பது. உலகம்மையின் வயதான உடம்பு கருக்கலைப்பால் தளர்ந்திருந்தது. சுகப்பிரசவம் ஆகையால் ஈஸ்வரி நடமாடத் தொடங்கியிருந்தாள். ''பால்'' குடித்தக் குழந்தை, தொட்டிலில் உறங்கிக் கொண்டிருந்தது.

இருவரும் தூரத்து சொந்தமொன்றின் திருமணத்திற்குச் செல்வதாக, ஈஸ்வரியிடம் ''பொய்'' சொல்லியிருந்தனர். தங்கப்பபிள்ளை வருத்தத்துடன் இருந்தார். மனம் முழுதும் ஏதோ ஒரு பாரம். வந்ததும் வராததுமாய் படுக்கையில் சாய்ந்தார். உலகம்மை வருத்தத்தை வெளியில் காட்டிக்கொள்ள வில்லை. அடிவயிற்றில் ''கருக்கலைப்பின் வலி'' உருத்திக் கொண்டேயிருந்தது. ஆடைமாற்றி, அடுக்களைக்கு வந்த உலகம்மையிடம், ஈஸ்வரிதான் பேச்சை ஆரம்பித்தாள்.

''கல்யாணம்லா நல்ல முடிஞ்சாம்மா?''

''ஆமா.. மக்கா... பாபு மாமா, அத்தை எல்லாரும் உன்னைய கேட்டாங்க?''

''எம்மா... நீ சொல்லுற அத்தை, மாமன் யாருண்னே, எனக்குத் தெரியல''

''எல்லாம்... நம்ம அப்பா வழி...சொந்த காரங்க மக்கா...'' –மகள் ஈஸ்வரி

சந்தேகப்படாதபடி பொய்களை அடுக்கிக்கொண்டிருந்தாள் உலகம்மை.

''அப்பா.. ஏன் ஒருமாதிரி... இருக்கா...? வந்த உடனே படுத்திட்டா''

''அங்க வரை போயிட்டு வந்ததுல்லா... சீணமா இருக்கும்... எனக்கும் ஒரு மாரிதான் இருக்கு''

அம்மா பேசும் நிலைமையைப் பார்த்து மகள் ஈஸ்வரி உண்மையான அனுதாபத்துடன் கூறினாள்.

''அப்ப படு மா... நான் வேலையைப் பாக்கேன்''

''விசாலக்கா... எப்ப போனா.... இன்னிக்கி நல்ல உன்ன பார்த்துக் கிட்டளா''

''எங்க பார்த்தா... ஆயிரம்தான் இருந்தாலும் அடுத்தவதானே... உன்ட சொல்லிட்டமேன்னு வந்தா... நான் காப்பி போட்டுக் கொடுத்தேன்... குடிச்சிட்டு கொஞ்ச நேரத்துல்ல போய்ட்டா..''

உலகம்மை லேசான கோபத்துடன் பேசினாள்.

''என்ட... நீங்க போங்க மயினி... நான் பிள்ளைய ''கண்ணு'' போல பார்த்துக்கிடுகேன்னுல்லா... சொன்னா...''

''சொல்லுவா.. சொல்லுவா... கூடப் பொறப்புக, பாக்கத போல... பக்கத்து வீட்டு ஆளுக பாப்பாங்களா?

''நாளைக்யாட்டு... அவள நாக்க புடுங்குற மாறி... நாலு கேள்வி கேக்கேன்.''

உலகம்மையின் கோபத்தில் வார்த்தைகள் தடித்தும், வெடித்தும் விழுந்தன.

ஏதோ ஒரு யோசனையில் ஈஸ்வரி எதேட்சையாகத்தான் கேட்டாள்.

''எம்மா நீ.... கூட ஒரு பிள்ள பெத்திருக்கலாம்லா.... உங்க காலத்துக்கு அப்பறம்... எனக்கு யாரு இருக்கா...?''

உலகம்மைக்கு அந்த கேள்வியை எதிர்க்கொண்டு, அங்கு நிற்கமுடியவில்லை. பதிலேதும் பேசாமல் படுக்கையில் சென்று படுத்து விட்டாள். புரண்டுப் படுக்கையில் கண்களில் கண்ணீர் பனித்தது. நிமிர்ந்துப் படுத்ததும் ''அடிவயிற்றின் வலி'' உயிரைக் குடித்தது.

என்ன, ஏதென்றே தெரியவில்லை.. தொட்டிலில் கிடந்த ஈஸ்வரியின் மகன், திடீரென்று ''ஓவ்'' – வென அழ ஆரம்பித்தான்.

உயிர்மெய்

இந்த உடல் நீங்கள் சிறிது சிறிதாக சேகரித்ததுதான். இந்த உடலை நீங்கள் பூமித்தாயிடமிருந்து கடனாகப் பெற்றிருக்கிறீர்கள். ஆனால் நேரம் வரும்போது ஒரு அணுவைக்கூட விடாமல் திரும்பப் பெறுவாள். ஆனால் மக்கள் அந்தக் கடனை எப்போதுமே திருப்பிக் கொடுக்க விரும்புவதில்லை. நீங்கள் இறக்கும்போது எப்படியும் இந்த பூமிக்கு உங்கள் கடனைத் திருப்பி செலுத்தி விடுவீர்கள். ஆனால் இதை விருப்பத்துடன் செய்தீர்களா இல்லை விருப்பமின்றி செய்தீர்களா என்பதுதான் கேள்வி. நீங்கள் ஒரு யோகியாக இருந்தால், இந்த உடல் திரும்பப் பெறப்படும்போது, ஆனந்தமாக கடனைத் திருப்பிக் கொடுப்பீர்கள்.

ஒரு சாரத்தின் மேல் கட்டிடம் எழுப்புவது போல நம் பருவுடலும், சாரம் போன்ற சூட்சும உடலின் மீதுதான் எழுப்பப்பட்டிருக்கிறது. நீங்கள் ஒரு வாழைப் பழத்தை சாப்பிட்டீர்கள், அது உடலாக மாறுகிறது; நீங்கள் ஒரு ரொட்டித் துண்டை சாப்பிட்டீர்கள், அது உடலாக மாறுகிறது. பின்பு

அழிந்து மண்ணோடு மண்ணாக கலக்கிறது. ஆனால் உயிரென்ற ஆன்மா அழிவில்லாதது. உடல் அழிந்தாலும் ஆன்மாவிற்கு அழிவில்லை. உயிருக்கு உடம்பை விட்டும், உடலுக்கு உயிரைவிட்டும் பிரிய மனமிருப்பதில்லை. இறப்பு நிகழ்ந்த பின்பு, அழிவற்ற உயிர், அழியும் உடலிலிருந்து பிரியும் கட்டாயத்திற்கு தள்ளப்படுகிறது. உயிர் பிரியும் அவஸ்தையை உடம்பு அனுபவிக்கிறது. இது படிப்படியாக சில மணித்துளிகளில் வலியின்றி நிகழ்கிறது. உடம்பிற்கும், அதன் உறுப்புக்களுக்குமே வலியின் வேதனை. உயிருக்கு வலியேது. அது சூடான காப்பியிலிருந்து ஆவி பிரிவதுபோல் மெலிதாக பிரிகிறது. பிரிந்த உயிர் உடல் மீது கொண்ட பற்றினால், இத்தனைக்காலம் வாழ்ந்த உடம்பை சிறிதுநேரம் சுற்றி சுற்றி வருகிறது. இயற்கை செயல்பாடுகளால் உடம்பு அழுகத்தொடங்க, வேறு வழியின்றி உயிர் உடல் மீது ஒன்ற இயலாமல் தவிக்கிறது. முடிவில் உடல் மண்ணோடு கலக்க, உயிர் நீண்ட நித்திரைக்குள் பயணிக்கிறது - என்ற கட்டுரையை படித்துக்கொண்டிருக்கும் போதே.......

ஜெய... ஜெய... ஜெய... ஜெயகே... - என்று தேசிய கீதத்தின் முடிவில் பள்ளிக்கூட மணியோசை கணீரென்று ஒலித்தது. கட்டுரையின் அமானுஷ்யத்தில் என்னை மறந்து படித்துக் கொண்டிருக்கிறேன். அண்ணாந்து கடிகாரத்தைப் பார்த்தேன். மணி 4:35ஐ காட்டியது. ராதாவின் அலுவலகம் முடிய இன்னும் அரைமணிநேரம் ஆகும். அதன் பின்பே வீட்டிற்கு பைக்கில் செல்ல முடியும். ஐந்து மணிவரை அவள் அலுவலக வாசலில் ‘நாய் காவல்’ காக்க வேண்டும். ஐந்து மணிக்கு அலுவலகம் முடிந்தாலும் அவள் வெளிய வருவதற்கு இன்னும் பதினைந்து நிமிடங்கள் கூடுதல் ஆகும்.

காரணம் கேட்டாலோ, நல்ல மன நிலைமையிலிருந்தால் ‘கேஷ் டேலி ஆகல.. அதான் லேட்டாயிட்டு’ என்று ஆறுதலான புன்முறுவல் பதில்

கிடைக்கும். வங்கி வேலைப்பளுவின் தாக்கம் மூளையை உருத்திக்கொண்டிருந்தால், நறுக்கென்று 'என் வேலை..உங்கள மாரி கவர்ன்மெண்ட் ஸ்கூல்ல 'ஈ' வோட்டுற வேலை இல்லையென்று', ராணித் தேனீயாய் கொட்டுவாள்.

'ஆமா.. பெரிய கவர்னர் வேலை' - யென்று அசட்டையுடன் கிண்டலடிப்பேன் நான்.

பதில் கூறிய அந்த நிமிடத்திலிருந்து, சில நிமிடங்களுக்கு இருவருக்குள்ளும் பேச்சிருக்காது. திரும்பி பார்த்தால் அவள் முகம் நீர் குடித்த 'பம்ளிமாஸ்' போலிருக்கும். வளைந்து, நெளிந்து சரியும் புளிமூட்டையைப் போல் பைக்கின் பின்புறத்தில் சலனமின்றி அமர்ந்திருப்பாள். எனக்குதான் மனசு கேட்காது. இலேசாக வழிந்து, அவளுக்கு பிடித்த ஏதாவது விஷயம் சார்ந்து பேச்சை ஆரம்பிப்பேன்.

இம்ம்ம்ம்ம் .. ஹூம்... நோ வே...

தெப்பக்குளத்தில் போட்ட அம்மிக்கல்லைப் 'உம்ம்' என்றிருப்பாள். அவள் வேலையை குறை சொல்லிய கோபம். பின்ன இருக்காதா... தனியார் வங்கியில் அடிமைதன வேலையிலிருக்கும் அவளை, உடற்கல்வி ஆசிரியர் என்ற சுகபோக அரசாங்க வேலை பார்க்கும் நான், ஏகத்தாளமாய் குறை சொன்னால் கோபம் வருமா?வராதா? கோபத்தில் சிவக்கும் அவள் முகத்தை, பைக்கின் முன்புறக் கண்ணாடியில் பார்த்து ரசிப்பேன். அவள் கோபத்தை ரசிக்கும் 'சேடிஸ்ட்' இல்லை நான். அவள் என்றால் உயிரெனக்கு. இருந்தும் அவளை இப்படி வம்புக்கிழுப்பதில் ஒரு சுகம். ஒருவேளை ஆணின ஆதிக்கவெறியின் அடையாளமோ, என்னவோ. என் அகராதியில் இதன் பெயர் 'வம்புக்கிழுக்கும் அன்பு'.

குளிர் காற்று முகம் மோதி நெஞ்சுக்குள் நிறைய, மௌனத்தோடு இருவரும் பைக்கில் பயணித்துக்கொண்டே இருப்போம். அவள் பேசாமல்

இருப்பது எனக்குள் உருத்தும். படுக்கையறையில் மண்டியிடும் ஆணினத்தின் அடிமைநிலை அப்போது மேலிடும். பேச்சில் ஒரு படி கீழே இறங்குவேன்.

‘சரி விடு டே... தெரியாம சொல்லிட்டேன்... உனக்கு உன் வேலை பெருசு... எனக்கு என் வேலை பெருசு... மன்னிச்சுக்கோ’ - என்று உட்டாலக்கடி மன்னிப்பு கேட்டாலும் பேசவே மாட்டாள்.

‘பேசாமலிலிருந்தால் ஆம்பள வழிக்கு வருவான்’ - என்ற பெண்ணின அஸ்திரத்தை பிரயோகித்துக் கொண்டே இருப்பாள். கடைசியில் வேறு வழியின்றி நான் ‘பிரம்மாஸ்திரத்தை’ கையிலெடுப்பேன். பைக்கின் வேகத்தை கூட்டி, எதிர்ப்படும் வளைவுகளில் ஒன்றிரெண்டு குலுக்கு குலுக்கும் போது, பட்டென்று அவள் மலர்க்கரம் என் திருத்தோள் பற்றும். அதைத்தொடர்ந்து அனிச்சையாய் பயத்தோடு அவள் வாயிலிருந்து அந்த வார்த்தை விழும்.

‘பைய... போ... பண்ணி.’

அவ்வளவுதான். எங்களுக்குள் சண்டை தீர்ந்தது. பரஸ்பர புன்னகைகளோடு அந்த நாளின் உரையாடல்கள் தொடங்கும். இருபத்தியொரு வருட திருமண வாழ்வின் இன்னல்கள், இன்பங்கள் விவாதிக்கப்படும். ராதா பேசிக்கொண்டே இருப்பாள். பேசிக்கொண்டே என்றால்... பேசிக்கொண்டே. காலையில் பேங்க் ஆரம்பித்தது முதல் அவள் வருவது வரையிலான அத்தனை நிகழ்வுகளும் மனப்பாடம் செய்து ஒப்பிப்பது போல் ஒப்பிப்பாள். எத்தனை நேரம்தான் ஆர்வத்தோடு கேட்பது மாதிரியே நடிக்க முடியும். இருந்தும் அவள் வாயடைப்பது கடினம். ஆனால் ஊர் முழுதும், அவள் யாரிடமும் கலகல வென பேச மாட்டாள் என்கிறார்கள். அதிலும் என் அம்மா ஒருபடி மேலே சென்று குறை சொல்வாள்.

‘பொம்பளைன்னா கொஞ்சம் பேசி கலகலன்னு இருக்க வேண்டாமா.. உன் பொண்டாட்டி ஊமைக் குசும்பி’ என்பாள். அதிலும் இந்த ‘ஊமைக்குசும்பி’ என்ற வார்த்தையை சொல்லும்போது மட்டும் ஒரு மெல்லிய, ஹாஸ்ய, ரகசிய பாஷையில் கதைப்பாள் அம்மா.

‘இத அவள்ட சொல்லட்டாமான்னு’ - கேட்டால்,

‘சொல்லு... எனக்கென்ன பயமா’ -என்று சொல்லிக்கொண்டே அங்குமிங்கும் பார்த்து, பயந்து சிரிப்பாள்.

இப்படி ஊராரோடு பேசாமலிருப்பதாலோ என்னவோ, மொத்தத்தையும் என்னோடு பேசித் தீர்ப்பாள் ராதா. எங்கள் பேச்சுத்தான் என்னவாக இருக்கும்? மிடில் கிளாஸ் மனிதர்களின் சராசரியான பேச்சுக்கள்தான்.

நாமளும் சட்டுனு வீடு வைக்கணும்... வீடு வச்சு முன்னால நெறைய செடி வைக்கணும்...

(மனதிற்குள் என் பதில்: அப்ப செடியெல்லாம் இப்பவே... வாங்கி வச்சிருவோமா?)

கெங்கா ஜுவல்லரியில் வந்திருக்க நெக்லஸ் டிசைன்ஸ் சூப்பரா இருக்கு...

(மனதிற்குள் என் பதில்: அதவிட புதுசா வந்திருக்க ராயல் என்பீல்ட் பைக் சூப்பரா இருக்கு)

இந்த வாட்டி ஆடித் தள்ளுபடியில் திருனவேலி போத்தீஸ்ல போய் டிரஸ் எடுக்கணும்...

(மனதிற்குள் என் பதில்: ரெண்டு அலமாரி புல்லா இருக்குற டிரஸ் எல்லாம் யாருக்கோ?)

உங்க தங்கச்சி வீட்டு பால் காச்சுக்கு ரொம்ப பெருசா எதுவும் செய்ய வேண்டாம்... நம்ம கஷ்டபட்டப்போ யாரு உதவுனா..

(மனதிற்குள் என் பதில்: அத நீ எப்படி முடிவு செய்யலாம்?)

எங்க மாமா பொண்ணு கல்யாணத்துக்கு கண்டிப்பா ரெண்டு பவுனாவது செய்யணும்... நம்ம மக பொறந்த நாளுக்கு மூணு பவுன்ல செயினு போட்டாங்க

(மனதிற்குள் என் பதில்: அத நான்தானே முடிவு செய்யணும்.. பார்க்கலாம்)

தப்பித் தவறி இந்த மனதிற்குள் கூறிய பதிலை உணர்ச்சிவசப்பட்டு வாயில் கூறிவிட்டால்... அவ்வளவுதான். கட்டியது சுடிதாரோ, சேலையோ, எதுவாக இருந்தாலும் மடித்துக் கட்டிக்கொண்டு சண்டைக்கு வந்துவிடுவாள். வழக்கம்போல் நான் தான் வெள்ளைக் கொடியை காட்டி சமாதானத்திற்கு செல்ல வேண்டும். எங்களுக்குள் வாடிக்கையான சண்டைகள் இப்போதெல்லாம் 'வேடிக்கையாக' - வே தோன்றின.

கொஞ்சம் கூட மாறாத அந்த சராசரி வாழ்க்கையைத்தான் ஏனைய உலகத்தினரோடு நாங்களும் வாழ்ந்து கொண்டிருக்கிறோம். அவ்வாறு வாழ்வதில் எங்களுக்குள் சலிப்பேதும் வந்ததில்லை. அடிநாதத்தில் அழுத்தமான காதல் இருப்பதால் சலிப்பு இனியும் வரப்போவதுமில்லை. இருபத்தியொரு ஆண்டுகள் கழிந்தன. இனி ஒரு இருபதோ, முப்பதோ ஆண்டுகள், இதே சண்டைகளோடு, இதே சமானத்தோடு வாழ்ந்துவிட்டு சாக வேண்டுமென்ற நினைப்போடு பயணித்துக் கொண்டிருந்தேன்.

ராதா எதையோ விடாமல் பேசிக்கொண்டிருந்தாள். நான் ஏதோதோ நினைத்துக்கொண்டே 'ம்ம்ம்ம்' கொட்டிக் கொண்டிருந்தேன். கொஞ்சம் நேரம் கழித்து' நீ சொன்னா சரியாத்தான் இருக்குமென' சொல்ல முடிவு

செய்திருந்தேன். அப்படிச் சொன்னால் அவளுக்கு சந்தோசம் தான். 'பெண்களை வெற்றி பெறச் செய்ய வேண்டாம். ஆனால் அவர்கள் வென்றது போன்றதொரு மாயையை உண்டாக்கினால் இல்லற வாழ்வில் வென்று விடலாமென' எங்கோ படித்தது நினைவுக்கு வந்தது. இப்படி பற்பல நினைவுகளில் பயணித்துக்கொண்டிருந்த அந்த நிமிடத்தில்தான், எதிர்பாராமல் எதிர்ப்பட்ட மணல் லாரியில் வேகமாக மோதி, அடித்த தீடீர் பிரேக்கில் ராதா பக்கத்து குளத்தில் தூக்கிவீசியெறியப்பட, நேருக்கு நேராய் லாரியின் முன்பக்கத்தில் நான் மட்டும் மோதியிருந்தேன்.

முன் மண்டையின் உள்ளில், நகக்கண்ணில் 'பனஞ்சிரா' ஏறி பழுத்தது போலொரு வலி. ஆம்புலன்ஸில் அசைவில் மண்டை ஓடு, மூளையை வெளியே பிரசவித்து விடுமென தோன்றியது. அவ்வளவு வலி. அருகில் ஒரு ஓரத்தில் ஈரத்துணியோடு ராதா உட்கார்ந்திருக்க, மகன் தினேஷ் யாருடனோ போனில் பேசிக்கொண்டிருந்தான். இவன் எப்போது வந்தான். 'அப்பாக்கு ஆக்ஷிடெண்ட் ஆயிட்டு... சட்டுன்னு வான்னு'- ராதா கூப்பிட்டிருப்பாள்.

எல்லாம் ஓரளவிற்கு மனசிலாகியது. ஆஸ்பத்திரிக்கு கூட்டி செல்கிறார்கள். பிழைப்பேனா? அல்லது என்னவர்களை விட்டு பிரிவேனா? பணத்திற்கு என்ன செய்ய போகிறார்களோ? என்று மனதிற்குள் ஒரு சில ஆவேச சிறகடிப்புகள். ஒரு சில நிமிடங்களில், பற்பல நினைவுகள் போயும் வந்துமிருந்தன. மூளைக்குள் நினைவுகள் தப்பிப் படர்ந்தன. தலைக்குள் பிரளய வலிகள் இருக்க, உடம்பில் மட்டும் வலியேதும் இருப்பதாகத் தெரியவில்லை.

அடுத்து என் நினைவு திரும்பிய போது, அந்த குளிர்ந்த அறையில் அம்மாவும் தினேசும் அழுது கொண்டிருந்தார்கள். நான் காற்றோடு காற்றாக கலந்தது போலிருந்தது. என்னுடல் அசைவற்று கிடந்தது. பார்வை

மேல்புறத்தில் நிலைக்க, அடுத்த மின்னணு திரையில் நீளமான ஒரு வெள்ளைக் கோடும், அதைத் தொடர்ந்து பயணிப்பது போன்ற பீப்ப்ப்பப்... என்ற ஒலியும் ஒலித்துக்கொண்டிருந்தது.

எனக்கு பல தமிழ் சினிமாக்கள் ஞாபகத்திற்கு வந்தது. நான் செத்து விட்டேனா? அது சரி. ஆமாம் நான் இறந்து விட்டேன். ஆனால் வருத்தமாகவே இருக்க வில்லை. வருத்த பட முனைந்தேன். முடிய வில்லை. பொம்மை போல் உணர்வற்று கிடக்கும் என் உடம்பை பார்க்க சிரிப்பாக வந்தது. ஆப்பரேஷன் செய்வதற்கு முன்பு மீசையை எடுத்திருக்கிறார்கள். அதை பார்த்து சிரிப்பாக வந்தது. சிரிக்க முடிய வில்லை. நான் அனுபவித்த ஒரு வலி கூட இப்போது இல்லை. ஒரு சொட்டு வலி இல்லை. இறப்பு இத்தனை இனிமையானதா... வலியில்லாததா... இந்த இறப்பை நினைத்தா மொத்த உலகமும் பயந்து நடுங்குகிறது. காலையில் படித்த கட்டுரை ஞாபகத்திற்கு வந்தது. ஏதோ ஒரு அவசரத்தில் காற்றில் இருந்த நான், கட்டிலில் இருந்த என் உடம்பிற்குள் நுழைந்து, கைகால்களை அசைக்க, கண் இமைகளை அசைக்க முயன்றேன். எதுவும் முடிய வில்லை. உண்மைதான் நான் இறந்து விட்டேன். கடவுளே... என் சாவுக்கு கூட என்னால் அழ முடியவில்லையே... வருத்தபட முயன்று தோற்றேன்.

ஐந்தாறு நிமிடங்கள் என்னை கட்டிப்பிடித்து அழுது கொண்டிருந்தாள் ராதா. அவளை பார்க்கவே ரெம்ப பாவமாக இருந்தது. மகனும் அழுது குலுங்கிக் கொண்டிருந்தான். நான் உடம்பிற்கும், காற்றுக்கும் மாறி, மாறித் தாவி அல்லாடிக் கொண்டிருந்தேன். இருபது நிமிடத்தில் மகன் வெளியே சென்று ஒவ்வொருத்தருக்காக போன் செய்யத் தொடங்கினான். அரைமணிநேரம் அழுது களைத்த ராதாவிற்கு சில நர்ஸுகள் வந்து ஆறுதல் சொன்னார்கள். நானும் அவள் முன் சென்று 'செத்தா சுகமாத்தான் இருக்கு, டோன்ட் ஒரி - என்று கூறினேன். என் சப்தம் யாருக்கு கேட்க. செத்தாலும்

ஒரு தவிப்பு இருந்து கொண்டே இருந்தது. இரண்டு மணிநேரத்திற்குள் சில உறவினர்கள் வந்திருந்தனர். ஒவ்வொருத்தரும் வரும்போது ராதா பேச வார்த்தையின்றி பொட்டிக் கரைந்தாள்.

மூன்று மணிநேரத்தில் என் உடலுக்குள் பல மாற்றங்கள் நிகழ்த்திருந்தது. போற்றி பாதுகாத்த உடல் படிப்படியாக அழுக ஆரம்பித்திருந்தது. அதன் பின்பு எனக்கும் உடலுக்குள் செல்ல விருப்பமில்லை. இருந்தும் ஆசாபாசத்தில் அங்குமிங்கும் அல்லாடிக் கொண்டிருந்தேன். சில நிமிடங்களில் ஆஸ்பத்திரி ஊழியர்கள் என் உடம்பை எங்கோ தூக்கி சென்றனர். வேறு எங்கு? ஆக்சிடென்ட் கேஸ் அல்லவா? போஸ்ட்மாட்டம் செய்வதற்கு இருக்கும். துண்டு துண்டாக வெட்டுவார்கள் என நினைக்கும் போதே எனக்கு ஒருமாதிரி இருந்தது.

இப்போது 'நான்' என்பது பிரிந்து நிற்கும் இந்த உயிரா? அல்லது எடுத்து போகும் அந்த உடலா? என்ற குழப்பம் ஏற்பட்டது. நிகழ்வுகள் நினைவுகளாக மீண்டதேயன்றி உணர்வுகளாக மாற வில்லை. உணர்ச்சியே இல்லை. சுக துக்கமற்ற ஆன்மாவாக மாறியதில் சந்தோசம் இருந்தது. என் சாவுக்கு அழாதீர்கள். யார் சாவுக்கும் அழாதீர்கள். இறப்பு அத்தனை சுகமாக இருக்கிறது என்று அத்தனை பேரிடமும் கத்தி கூறவேண்டுமென்றிருந்தது.

ராதா உட்பட அழுது களைத்த எல்லோரும் அடுத்து நடக்க வேண்டிய காரியங்களில் மும்முரமாயினர். என் சாவை நானும் ஒத்துக் கொண்டிருந்தேன். சினிமாக்களில் காட்டுவது போல், எமதர்ம ராஜனோ, கிறிஸ்தவ ஏஞ்சல்களோ, இறைதூதர்களோ வந்து என்னை கூட்டிச்செல்வார்கள் என்ற எதிர்பார்ப்பில் அந்த அறையிலேயே காத்துக் கிடந்தேன்.

ஏறத்தாழ எம தர்மனின் சாயலில் கழுத்தில் சிலுவையோடு அந்த உருவம் நானிருந்த அறை நோக்கி வந்தது. வந்துட்டான்யா... வந்துட்டான்யா...என்று அடுத்த பயணத்திற்கு நான் தயாராக, வந்தவன் என் குடும்பத்தினரோடு சமாதானம் பேசினான். அது சரி... வந்தவன் மனிதன்... அவர்கள் சம்பாஷணையிலிருந்து அவர் என்னை இடித்த லாரியின் உரிமையாளர் என்று அனுமானித்துக் கொண்டேன். ராதா பேச்சேதுமின்றி, கண்களில் கண்ணீரோடு நடப்பவைகளை பார்த்துக் கொண்டிருந்தாள். அவர்களுக்குள் வாக்கு வாதம் முற்றிக் கொள்ள, ஆஸ்பத்திரி ஊழியர்கள் நாலைந்து பேர் ஓடி வந்தனர்.

நான் மீண்டும் அறைக்குள் சென்று காற்றில் மிதக்க, ராதாவை பற்றிய நினைவுகள் நெஞ்சுக்குள் வந்து கொண்டே இருந்தன. இனி யாரிடம் அவள் 'நொய்.. நொய்யென்று' பேச போகிறாள் என்ற கலக்கம் மட்டும் எனக்குள் நிலைக்கொண்டிருந்தது. சிறிது நேரத்தில் 'தூக்கம்' போன்ற ஏதோ ஒன்று என்னை ஆட்கொள்ளத் தொடங்கியது. அந்த மயக்கத்தில் காலையில் படித்த கட்டுரையின் கடைசி பத்தியானது என் நினைவுகளில் மீண்டது.

'உயிருக்கு வலியேது. அது சூடான காப்பியிலிருந்து ஆவி பிரிவதுபோல் மெலிதாக பிரிகிறது.' பிரிந்த உயிர், உடல் மீது கொண்ட பற்றினால், இத்தனைக்காலம் வாழ்ந்த உடம்பை சிறிதுநேரம் சுற்றி சுற்றி வருகிறது. இயற்கை செயல்பாடுகளால் உடம்பு அழுகத்தொடங்க, வேறு வழியின்றி உயிர், உடல் மீது ஒன்ற இயலாமல் தவிக்கிறது. முடிவில் உடல் மண்ணோடு கலக்க, உயிர் நீண்ட நித்திரைக்குள் பயணிக்...கிறது...'

ஜன்னல்

ஜன்னல் வழி, அவளைப் பார்க்கும் போதெல்லாம் என் மனதிற்குள் ஒரு வக்கிரப் புத்தி. என்னை விட இரண்டு அல்லது மூன்று வயது அவளுக்கு அதிகமாக இருந்த போதும், அவளுக்கு மரியாதை கொடுக்க வேண்டுமென்ற எண்ணம் என் புத்திக்கு இல்லை. ஒருவேளை நான் அவளை பற்றி கேள்வி பட்ட விஷயங்கள் அதற்கு காரணமாக இருக்கலாம். அல்லது என் வயது காரணமாக இருக்கலாம். எது எப்படியோ ஒரு இருபத்திமூன்று வயது இளைஞனின் பருவ இச்சை காரணமாக, பலமுறை அவள் குளிக்கச் செல்லும் அழகினை, வீடு பெருக்கும் அழகினை, பாத்திரம் கழுவும் அழகினை மறைந்திருந்து கண்டிருக்கிறேன். பார்க்க அழகாகத்தான் இருந்தாள். கொஞ்சம் கலர் தான். கருப்பு இல்லை. நீண்ட நெடிய கனத்த தேகம். பிட்டம் தொட்டு நிற்கும் கருத்த தலைமுடி. சிரிக்கையில் வலிந்து தெரியும் கன்னக்குழிகள். நெஞ்சுக் கூட்டுக்குள் அடைந்திருக்கும் மூச்சு முட்டிய முயல் குட்டிகள், எந்நேரமும் வெளியே குதிக்கலாமென்ற எதிர்ப்பார்ப்பை ஏற்படுத்தும் துள்ளல் நடை. உடல்,

உடை ஏனைய பாவனைகளில் நடிகை சரிதாவை ஞாபகப் படுத்தினாள். அத்தனை அழகான முட்டை கண்கள். கண்ணுக்கு மையிட்டு கூர்மை செய்திருந்தாள். அவளோடு பேசிப் பார்த்ததில்லை. என் பக்கமிருந்து வெறும் ஏக்கப் பார்வைகள் மட்டும். அங்கிருந்து ஏதும் இல்லை.

அவள் குளிக்கச் செல்லும் போதும், குனித்து நிமிர்ந்து பெருக்கும் போதும் என் மனமெங்கும் குப்பை. ஏதேச்சையாக கண்களில் அவள் தட்டுப்படும்போது மட்டும், பார்த்து ரசித்த நான், இப்போது அவள் வருகைக்காகக் காத்திருக்கவும் தொடங்கினேன். என் வீட்டு மாடியின் பின்புறத்தில் அவள் வீடும் இருந்தது எனக்கு மிகவும் வசதி. மகிழ்ச்சியும் கூட.

பார்த்தவுடன் பரவசப்படுத்தும் பேரழகியாய் இல்லா விட்டாலும், எங்கள் ஊரில் பலபேர் அவளைப் பார்ப்பதையே வழக்கமாகக் கொண்டிருந்தனர். காமத்தைத் தவிர்த்து அவளைப் பார்கையில் அவள் நிலை சற்று பரிதாபத்திற்கு உரியது தான். ஏதோ ஒரு பண்ணையாரின் கள்ள உறவிற்கு பிறந்தவளாம். அவள் அம்மா உயர் குடியில் பிறந்தவளாம். ஆனால் ஒரு பண்ணையாரின் ஆசை வார்த்தைகளுக்கு இணங்கி சின்ன வீடாகி சிரழிந்தவளாம். அம்மா சிரழிந்ததற்கு அடையாளமாய் ஒரு மகள். தன் வாழ்க்கை தன் மகளுக்கு வர கூடாதென்று, ஒரு வரன் பார்த்து மகளுக்கு மணம் முடித்து வைத்துள்ளாள்.

நல்ல உறவில் பிறந்த பெண்ணிற்கே நல்ல மாப்பிளை கிடைப்பது கஷ்டம். இப்படி கள்ள உறவில் பிறந்த பெண்ணுக்கா மாப்பிளை கிட்டும். இருந்தும் படாத பாடுபட்டு ஒரு மாப்பிளையைக் கண்டு பிடித்துவிட்டாள். எங்கள் ஊர்தான். கொஞ்சம் வயசாளி. எங்கள் ஊர் பள்ளியின் கணக்கர் ராஜரெத்தினம். கால் கொஞ்சம் ஊனம். கொஞ்சம் ஆஸ்த்மா நோயாளி வேறு. அந்த பெண்ணுக்கு அந்த கல்யாணத்தில் மன மகிழ்ச்சியே இல்லை

என்பது எல்லோருக்கும் தெரியும். 48 வயது புது மாப்பிளையை யாருக்குத்தான் பிடிக்கும். முகத்தில் சலனம் ஏதும் இல்லாமல். அழகாக அலங்காரம் செய்து, அசையாமல் நிற்கும் ஜவுளி கடை பொம்மை போல மணவறையில் இருந்தாள் அந்தப்பெண். ரெம்ப குஷியோடு ராஜரெத்தினம் தாலி கட்டினார். கிழவனின் முகம் அலங்கார பூச்சுகளால் பளபளத்தாலும், சுருக்கு விழுந்த தோல், கை நடுக்கம் ஆகியவை உண்மை வயதைக் காட்டித்தான் கொடுத்தது. தேய்த்து கழுவிவைத்த செப்புப்பாத்திரமாய் இருந்தாலும், பழைய பாத்திரத்தில் புதுப்பொலிவு கிட்டுமோ? தேய்ந்து மழுங்கிய கலப்பை, நிலத்தை ஆழ்ந்து அரவணைத்து கீறுமோ? எதைப்பற்றியும் யோசிக்காமல், அந்த இளந்தளிரை முதிர்க்கொடியோடு இணைத்துக் கட்டியது உலகு.

நேரடி சொந்த காரனில் தொடங்கி, திருமணத்திற்கு வாழை கட்ட வந்தவர்கள் வரை, சாப்பாட்டுப் பந்தியில் உப்பு வைத்தவனில் தொடங்கி, சாமியானா பந்தல் போட குழி தோண்டியவன் வரை, ராஜரெத்தினத்தை நினைத்து ஏக்கப் பெரு மூச்சு விட்டார்கள். இவர்களின் கல்யாணமான அன்று முதல், எங்கள் ஊரின் காம கண்கள், அந்த கிழத்தை நினைத்தே பொறாமை கொண்டன.

"காத்திருந்து காத்திருந்து... கிழவன் நல்ல ஆளாத்தான்யா புடிச்சிருக்கான்... குட்டி சிக்குனுல்லா இருக்கா..."

"கால் கொஞ்சம் சரியில்லைன்னு இந்த ஊர்காரனுவே அவன படுத்தின பாடு... இப்ப பாரு... நொண்டி பயலுக்கு அரசாங்க உத்தியோகம் கிடைச்சி... அம்சமான கிளியும் கிடைச்சிருக்கு..."

'கிழட்டு கிளிக்குத்தான், பட்டு குஞ்சலம் வாய்க்கும்னு சும்மாவா சொன்னாங்க, கிழவன் யோகக்காரன்தான்.'

- என்பது போன்ற உரையாடல்கள்.

எனக்கு பக்கத்துக்கு வீடு என்பதால் என்னிடமும் பலபேர் விசாரித்தார்கள். என்னிடம் ரெம்ப குறைச்சலாகப் பேசக் கூடிய பல பேர்கள் கூட இதன் பொருட்டு, என்னிடம் 'பெரிதாக' விசாரித்தார்கள்...

''மக்கா... உன் வீட்டு பின்னாடி தானடே.... நீ பார்த்து... பேச்சு குடுத்து வைடே.... வசதிக்கு இல்லாடாலும்.. அசதிக்காவது ஒதுங்கிக்கிலாம்...'' என்று நமட்டு சிரிப்புடன் ராமு அண்ணன்தான் முதல்ல ஆரம்பித்தான்.

அப்புறம் பார்த்தால்....

''ராத்திரி எதாவது சத்தம் கேக்குமா டே... உன் வீட்டுக்கு கிட்ட தானடே...ஆள் எப்டின்னு நோட்டம் பாருடே....'' என்றான் கொரட்டி கோவிந்தன்.

''பகல் புல்லா மத்தவன்... அதான் அந்த ரத்தின கெழவன் ஸ்கூல்ல கணக்கு பாக்கான்... ராத்திரி கணக்க புல்லா மாப்பிளைதான் பாக்குறான்'' என்று என்னை கேலி செய்தான் எடுபிடி மாமன்.

''உன்ட நல்ல பேசுவாளாம்லா.... இளம் ப்ராயம்லா... வந்த ரெண்டு மூணு நாள்லேயே பார்ட்டியை அமுக்கிட்டேயடே... என்னை பத்தி கொஞ்சம் சொல்லு பா...'' என்றான் முட்டைகோஸ் ராமசந்திரன்.

இப்படி எல்லோரும் கேட்க கேட்க எனக்கும் ஒரு இனம் புரியாத ஆசை. அவள் அசைவுகள் ஒவ்வொன்றையும் கவனிக்கத் தொடங்கி, இப்போது அவள் வரும்வரை காத்திருக்கவும் ஆரம்பித்தேன். என் வீட்டில் இருந்து பார்த்தால் அவள் வீட்டுப் பின்புறம் தெரியும். நான் இருப்பது அவளுக்குத் தெரியாதவாறு ஜன்னல் அமைப்பு இருந்ததால் எனக்கு வசதியாய் இருந்தது. எல்லோரும் சொல்லச் சொல்ல என் பார்வையின் வீரியமும்

அதிகரித்தது. கண்கொத்திப் பாம்பாக அவள் அவயத்தின் நீள அகலங்களை கண்காணித்துக் கொண்டிருந்தேன்.

காமம் இனிது. கண்முன் இருந்தும் அதை அனுபவிக்க முடியாத சூழ்நிலையை உருவாக்கும் 'காலம்' கொடிது. அவள் ஒரு பெண்னென்றோ, அவளும் ஒரு உயிரென்றோ என்பதுமாதிரியான எந்த எண்ணமும் இல்லாமல் காமம் என்னை ஆட்டிப்படைத்தது. ஆனால் அந்த வீட்டில் அடிக்கடிக் கேட்கும் அந்த கிழவரின் இருமல் ஒலியைத் தவிர வேறெதுவும் கேட்கவில்லை. இது தவிர சராசரி வீடுகளில் கேட்கும் தண்ணீர் சிந்தும் ஒலி... பாத்திரங்கள் நகரும் ஒலி... துணி துவைக்கும் ஒலி... கதவு திறக்கும் ஒலி... வேறேதும் இல்லை.

அன்று ஒரு நாள்அந்த பெண்ணின் ''சிரிப்பொலி''. பொல பொல பொல பொல பொலவென அழகான சிரிப்பு. மழை குறைவான சமயங்களில் அருவிகளிலிருந்து தண்ணீர் விழும் போது வரும் சப்தம் போல். கருங்கல் படிக்கட்டில் சில்லறைகளைச் சிதறவிடுவது போல். சிறுகுழந்தையின் அரையில் கட்டிய மணியெழுப்பும் ஒலியைப்போல். அம்மாதிரி... பொல பொல பொல பொலவென அழகாகச் சிரித்தாள்.

முதன் முதலாய் காமம் விடுத்து அவள் சிரிப்பை ரசித்தேன். ஏதோ ஒன்று என்னை அவள் பக்கம் ஈர்த்ததால் ஜன்னல் வழி பார்க்கத் தொடங்கினேன். கிழவன் பள்ளிக்கூடம் போனதால் அவள் பூனைக் குட்டியிடம் விளையாடிக் கொண்டிருந்தாள். பூனைக்குட்டியைத் தூக்கி பிடித்து, அதனை முத்தமிட்டுக் கொண்டிருந்தாள். அது மெதுவாய்... அவள் முகத்தை, கன்னத்தை நக்கியது. அந்த மெல்லுணர்வில் கண்கள் சுருக்கி, பூனைமுடிகள் மேலெழும்பி, முகமெங்கும் புல்லரிப்போடு சிரித்துக்கொண்டிருந்தாள். பூனை அவள் கைகளில் நெளிந்து, குழைந்து கொண்டிருந்தது. அதன் பின்னங்கால்கள் இரண்டும் அவள் கனமான

மார்புகளில் பதிந்திருந்தது. இம்ம்...ம்..ம்.... யோகம் செய்த பூனை. என் ஏக்கப் பெருமூச்சின் தாக்கம் சூரியனை ஒத்திருந்தது.

அதன் பின்பு பலமுறை அவள் சிரிப்பொலி கேட்கும். சிரிப்பொலி கேட்கும் போதெல்லாம் அவள் ஏதேனும் ஒரு விலங்கோடு விளையாடிக் கொண்டிருப்பாள். பூனைக்குட்டி, அணில், கோழிக்குஞ்சு, காகங்கள், கிளிகளென ஏதேனும் ஒன்றுடன் கொஞ்சிக் கொண்டிருப்பாள். அல்லது அவற்றிக்கு ''சோறு'' வைத்துக் கொண்டிருப்பாள். சில சமயம் நானும் ஒரு விலங்காக பிறந்திருக்க மாட்டேனா...? என்று ஏங்கியதுண்டு. அவள் வீட்டு பின் முற்றத்தில் இருந்துதான் அவள் சாப்பிடுவாள். நானறிந்த வகையில், அவள் தனியாகச் சாப்பிட்டதில்லை.

பூனையுடன் சேர்ந்து சாப்பிடுவாள்.

கோழிகளோடு சேர்ந்து சாப்பிடுவாள்.

அணிலுடன் சேர்த்து சாப்பிடுவாள்.

அவள் கையில் அமர்ந்து காகம் சாப்பிடுவதைக் கூடப் பார்த்திருக்கிறேன். அந்த பூனை, கோழி, காகம், சாப்பிடுவதை விட இவள் குறைவாகத்தான் சாப்பிடுவாள்.

அந்த வீட்டில் சிரிப்பொலியும், விலங்குகளும் இல்லையெனில் அந்த கிழவர் இருக்கிறார் என்று அர்த்தம். நாளாக நாளாக ராஜரெத்தினத்தின் ''ஆஸ்த்மா'' நோய் கொஞ்சம் கொஞ்சமாய் அதிகரித்தது. இருமல் சப்தம் இப்போது அடிக்கடி கேக்கிறது. மூச்சு முட்டி ஒன்றிரண்டு வார்த்தை பேசுவதற்குள் போதும் போதுமென்றாகி விடும். அடிக்கடி அவர் இருமுவதும், அவள் அவர் நெஞ்சை தடவிவிட்டு, மாத்திரை கொடுப்பதும் நடக்கும். ஒன்றிரண்டு வருடங்களாக கிழவரோடு அந்த

பெண்ணும் படாதபாடு பட்டுக் கொண்டிருந்தாள். இருந்தும் "ஆஸ்த்மா" கொஞ்சம் கொஞ்சமாக அவர் ஆயுளை குடித்துக் கொண்டிருந்தது. யாரும் எதிர்பார்க்காத ஒரு நாளில் மேலும் கீழுமாய் வேகமாய் மூச்சிழுக்க முயன்று, முடியாமல் 'சிவபதம்' பற்றினார் கிழவர். ஊர் கூடி கிழவனை வழியனுப்பி வைத்தது. நெறைய புது மனிதர்கள் சாவு வீட்டில் தென் பட்டார்கள். அவள் பெரிதாக அழ இல்லை. சோகத்துடனான கேள்விகளின் அறிகுறிகள் அவள் முகமெங்கும். ஐந்தாறு நாட்களில் ஏனைய உறவினர்களும் செல்ல, எவர் அழைத்தும் போகாமல் வீட்டில் தனியாகவே இருந்தாள் அவள்.

ராஜரெத்தினம் பணியில் இருக்கும் போதே இறந்ததால், வேலை அவளுக்கு கிடைக்குமென்று பேசிக் கொண்டார்கள். கிடைத்துக் கொண்டிருக்கும் ஓய்வூதியத்தை கொண்டு அவள் வாழ்க்கை நடத்தி கொண்டிருந்தாள். கிழவன் இறந்த நாளிலிருந்து அவள் மீது ஊரார் கண்கள் இன்னும் அதிகம் நிலைத்தன. உறுமீனை எதிர்பார்த்துக் காத்திருக்கும் ஒற்றைக்கால் கொக்கைப் போல், கருவாட்டு பானைக்குள் தலையிடக் காத்திருக்கும், மதில் ஓட்டுப் பூனை போல், ஆடாது, அசையாது அவளைப் பற்றிய நினைப்பிலிருந்தனர் ஊரார் பலர்.

இறந்த சில நாட்களுக்கு, அவள் வீட்டில் எதுவும் இல்லாதது போல் இருந்தது. ஜன்னலின் அருகில் பலமணிநேரம் காத்துக்கிடந்தும் பலனேதுமில்லை. இருமல் ஒலி, சிரிப்பொலி, எதுவும் கேட்க வில்லை. சில சமயங்களில் சில விலங்குகள் மட்டும் சப்தமிட்டுக் கொண்டிருந்தன.

சில நாட்களில் அவள் சிரிப்பொலி மீண்டும். அதே விலங்குகளோடு மீண்டும் எப்போதும்போல் கொஞ்சிக் கூலாவிக் கொண்டிருந்தாள். தன்னைத் தானே தேற்றிக் கொண்டிருப்பாள் போலும். என் தின வேளைகளில் அவளைக் கவனிப்பதையும் ஒரு வழக்கமாகக் கொண்டிருந்தேன். காமத்தோடுப் பார்க்க ஆரம்பித்த போதிலும்,

இப்போது அவள் சிரித்த முகத்தையும் ரசித்தேன்.

அன்று ஒரு வித்தியாசமான விலங்கொலி அவள் வீட்டில்...

வீல்...ல்ல்ல்ல்ல்ல்ல்ல்ல்... என்று வந்த சத்தத்தில் விழித்துக்கொண்டேன்.

மணியைப் பார்த்தேன். அதிகாலை இரண்டு மணி. ஜன்னல்களைத் திறந்து சப்தமின்றி அவளைக் கண்டேன். அவள் ஒரு நாய் குட்டி அருகில் உட்கார்ந்துக் கொண்டிருந்தாள். அவள் சேலை முந்தானையில் ''அதிர்ஷ்டக்காரப் பூனை'' தூங்கிக் கொண்டிருந்தது. அந்த நாய் குட்டி பிறந்து மூன்று அல்லது நான்கு நாட்கள் இருக்கலாம். முகத்தில் வெள்ளையுள்ள செவலை நாய்க்குட்டி. கண் விழிக்க வில்லை. அங்கும் இங்கும் உருண்டு கொண்டு, நாக்கை வெளியில் துருத்தி கொண்டு... வீல்..ல்ல்ல்ல்ல்ல்ல்ல்ல்... என்று கத்திக் கொண்டிருந்தது.

எங்கிருந்து இந்த நாய் குட்டியைப் பிடித்தாளோ? விவரம் கெட்டவள்...! மனுசனை உறங்க விடாமல்? கொஞ்சம் திட்டிக் கொண்டேன். பக்கத்தில் சின்ன தட்டில் பால், சோறு, எல்லாம் வைத்திருந்தாள். நாய் குட்டி அத்தனையையும் தொட்டுப் பார்த்ததாக தெரியவில்லை. அது ஊளஊளஊளஊளஊளஊள என்று கத்தியது. பின்பு ஓஓஓஓஓ என்று முனங்கியது.

தூக்க கலக்கத்தோடு இருந்த அவள் முகத்தில் ஏதோ ஒரு கலவரம். நாய் குட்டியைத் தூக்கி நெஞ்சோடு அணைத்துக் கொண்டாள். நாய் குட்டி உருண்டதால் முந்தானை நழுவியது. நான் கண்களை விரித்துக் கவனிக்கத் தொடங்கினேன். நாய் குட்டி தன் சத்தத்தை நிறுத்தியதாக தெரிய வில்லை. அது மீண்டும் ஊளையிடத் தொடங்கியது. ஊளஊளஊளஊள...ஊளஊளஊளஊளவ்... நாக்கை வெளியே நீட்டி, நீட்டி, கத்தியது. அவள் அப்படியே உட்கார்ந்திருந்தாள்.

இவளுக்கு வேறு வேலை இல்லை? எரிச்சல் பட்டுக் கொண்டேன். நாய்க்குட்டி சப்தமிட்டுக்கொண்டே இருந்தது. கண்களை உறக்கம் தழுவியதால், உறங்கும் நோக்கோடு படுக்கையில் சாய்ந்தேன். நாய்க்குட்டியின் 'ஊளை' சப்தம் தொடர்ந்து கொண்டேயிருந்தது. உறங்க முடியவில்லை. எரிச்சலாக வந்தது. தூக்கமின்றி புரண்டு கொண்டிருந்தேன். ஐந்து பத்து நிமிடங்கள் கடந்திருக்கும். திடீரென்று நாய்க்குட்டியின் சப்தம் நின்றது. இரவின் மௌனம் அவ்விடமெங்கும். ஒரு சிறு சத்தம் கூட இல்லை. ஒரு வேளை நாய்க்குட்டி இறந்திருக்குமோ? ஆர்வம் தாங்காமல் எழுந்து ஜன்னல் வழிப் பார்த்தேன்.

அவ்வளவு தூக்க கலக்கத்திலும் என் கண்களிலிருந்து கண்ணீர். உணர்ச்சியோட்டதை என்னால் அடக்க முடியவில்லை. உடம்பிலும் ஒரு சிறு பதற்றம். அவள் தன் மார்பகத்தைத் திறந்து அந்த நாய் குட்டியின் வாயில் வைத்திருந்தாள். அதுவும் உடம்பெங்கும் உதறலோடு உறிஞ்சி...உறிஞ்சி... குடித்துக் கொண்டிருந்தது. தூக்கம் தாளாத எனக்கு ''ஒரு தாயிடம் ஒரு குழந்தை பால் குடிப்பதைப் போலிருந்தது''. ஏனோ மேற்கொண்டு பார்க்க முடியாமல், சட்டென்று படுக்கையில் விழுந்த எனக்கு பல நிமிடங்கள் தூக்கம் வரவில்லை. அப்புறம் நானறியாத ஒரு வேளையில் தூங்கி போனேன்.

விடியற்காலையில் எழுந்து மீண்டும் ஜன்னல் வழி அப்பெண்ணை கவனித்தேன். அவள் அந்த நாய் குட்டியோடும், பூனையோடும் சிரித்த முகத்தோடு விளையாடிக் கொண்டிருந்தாள். எனக்கு ஏனோ ஒரு தாய் அதன் குழந்தைகளோடு விளையாடுவது போலிருந்தது. அன்று முதல் என் தாயின் ''முகச்சாயலே'' அப்பெண்ணிடமும் தென்பட்டது.

சிவன்சொத்து

அந்த ஐநூறு ரூபாய் தாளுக்கு வாழ்க்கையே மிகவும் சலிப்பாக இருந்தது. இந்த உண்டியலிலிருந்து எப்போது விடுபடுவோமெனக் கவலைப் பட்டுக் கொண்டிருந்தது. இந்த உண்டியலுக்குள் விழுந்து, நாலைந்து மாதங்களிருக்கும். கூடக்கிடக்கும் சில்லறைகளும், சில பத்து மற்றும் இருபது ரூபாய் தாள்களும், நாலைந்து அம்பது மற்றும் நூறு ரூபாய் தாள்களும் கிணற்றில் போட்ட கருங்கல்லாய் அப்படியே கிடக்க, இந்த ஐநூறு ரூபாய் தாளின் மனது மட்டும் கிடந்து அடித்துக் கொண்டது.

பணமா இருந்தா நாலு இடம் பாக்க வேண்டாமா? பலபேரின் கைகளில் புரள வேண்டாமா? ஆடவர் பெண்டிரின் கைப்பைகள், வயதான மகளிரின் மார்பு இடுக்குகள், அரசாங்க கஜானா அறைகள், ஆடம்பர நிறுவங்களின் பணப்பெட்டிகள், வங்கிகளின் பாதுகாப்பு பெட்டகங்கள்- என பல இடங்களில் சுற்றித் திரிந்தால் தானே பணத்திற்கு மதிப்பு. அதில்லாமல் இப்படி சீக்கு வந்த கோழி கூட்டுக்குள்ளேயே கிடப்பதைப்போல், ஆடாமல் அசையாமல் உண்டியலுக்குள்ளேயே கிடப்பது எத்தனை அபத்தம். உண்டியலுக்கு வெளியே ஒய்யாரமாய் உட்கார்ந்து அருள்பாலிக்கும்

'உலகம்மனுக்கு' தன் குரல் கேட்குமாவென்று யோசித்துக் கொண்டது. இருந்தாலும் இருக்கட்டுமென 'அம்மா, தாயே, கூடிய சீக்கிரம் இந்த உண்டியலிருந்து ஒரு விடுதலை கொடும்மா' வென கேட்டுக்குக் கொண்டது 'அந்த ரூபாய் தாள்'. வேண்டியது பலித்ததோ என்னவோ இரண்டு மூன்று நாட்களில் கோவில் சித்திரை திருவிழாவிற்கான செலவிற்காக கோவில் உண்டியல் திறக்கப்பட்டு எண்ணப்பட்டது.

வெயில் வெளிச்சத்தை பார்த்ததும் அந்த ஐநூறு ரூபாய் தாளுக்கு எகிறி எகிறி குதிக்கலாம் போலிருந்தது. உண்டியலிலிருந்து போத்தியால் எடுக்கப்பட்டு, அந்த கால கிழவிகளின் சுருக்கு பையை போன்றதொரு பெரிய பையில் அடைக்கப்பட்டு அறங்காவலரின் அறை மேஜையின் மேல் ஆர்வமாக வந்து அமர்ந்திருந்தது. தன் மீது அடிக்கும் பண வாசனை எதிலிருந்து வருகிறது?' என்ற யோசனையிலிருந்தது அந்த ஐநூறு ரூபாய் தாள். கூடவே அந்த தாளுக்கு பணமாக பிறந்ததில் பரம சந்தோசமாக இருந்தது. பணப்பரிவர்த்தனையின் போது, கொடுப்பவர் முகங்களையும், வாங்குபவர் முகங்களையும் பார்த்து ரசிப்பதில் அந்த தாளுக்கொரு ஆனந்தம். பாக்கெட்டில் பணமிருக்கும் தைரியத்தில் மனிதர்கள் செய்யும் அடாவடிகளை நினைத்து பலநேரங்களில் அது சிரித்து உருண்டிருக்கிறது. பணமென்றால் பிணமும் வாய் திறக்கும் என்கிறார்களே, ஒரு வேளை நம்மை பார்த்தால் பிணத்திற்கு உயிர் வருமா என்று யோசித்து களித்தது. எது எப்படியோ தனக்கு ஊருக்குள் இருக்கும் மதிப்பால் சிறிது 'மமதை' கலந்த புகழ் போதையில், சுருக்குப்பையின் மேலிருந்த சிறு ஓட்டைவழி தலைக்கு மேல் ஒலியெழுப்பிகிறங்கி சுழலும் மின்விசிறியை பார்த்தவாரே அறங்காவலர் அறையில் காத்துக் கிடந்தது அந்த 'ஐநூறு ரூபாய் தாள்'.

அதே மாதிரியான ஒரு ஐநூறு ரூபாய் தாளின் அதி முக்கிய தேவையிலிருந்தான் முப்பது வயதை கடந்த சம்சாரி 'குழந்தை' என்ற

குழந்தைச்சாமி . ஒரு காலில் சிறிதான போலியோ தாக்கத்தால் நொண்டி நொண்டி நடக்கும் 'குழந்தை', சிவனுடன் உடனுறை உலகம்மனும் அருள் பாலிக்கும் பெரிய கோவிலின் காவலாளி, மேளக்காரன், எடுபிடி, எல்லாம் அவன் தான். யாரையும் எதிர்த்து பேசாத, கோவமென்றால் என்னவென்றே தெரியாத குழந்தைச்சாமி உண்மையிலேயே 'ஒரு குழந்தைதான்'. மாதந்தோறும் கிடைக்கும் ஆயிரத்து எண்ணூறு ருபாய் சம்பளத்திற்காக அல்லும், பகலும் கோயிலோடு கழியும் ஆத்ம விசுவாசி. யார் எது சொன்னாலும் ஜவுளி கடை பொம்மையை போலொரு சிரிப்புதான். கூடவே ஒரு உடல் குழைவும். கோவில் காவலுக்கு ஆரம்பத்தில் வந்து, மேளக்காரர் வராத நாட்களில் மேளம் அடிக்க தொடங்கி, அறங்காவலருக்கு டீ, சிகரெட் வாங்கி கொடுத்து, கோவில் காவல் பணியில் ஐந்து வருடங்களாக இருக்கும் குழந்தை, மூலஸ்தானத்திற்கு சென்று சிவன் மற்றும் உலகம்மன் திருமுடியை தொட்டு பூஜை மட்டும் செய்வதில்லை. மற்றபடி இன்ன பிற கோவில் காரியங்களுக்கு 'அவனன்றி ஓரணுவும் அசையாது' நிலைதான்.

அடுத்திருந்து தொண்டு செய்பவர்களை வருத்திப் பார்ப்பது தானே இறைவனின் இயல்பு. சோதித்து சோதித்து பின்பு பேரன்பில் வீழச் செய்வதுதானே இறைவனின் திருவிளையாடல். அம்மாதிரியான விளையாட்டுகளை குழந்தையின் வீட்டில் அடுத்தடுத்து நடத்திக் கொண்டிருந்தான் இறைவன். குழந்தைச்சாமிக்கு மனைவி ரமணி, அருமை மகள் லோகுவோடு குழப்பம் இல்லாத வாழ்க்கை. குறை ஊதியத்தில் குறை சொல்ல முடியாத ஜீவிதம். வறுமையின் வெறுமையை மீறி ஆத்ம சுகம் கொடுக்கும் அன்பு பீறிடல்கள் அவ்வீட்டில் அடிக்கடி நிகழ்வதுண்டு.

அன்றொருநாள் கோவில் வேலை முடிந்து முன்னிரவில் வீட்டுக்குள் தயங்கி, தயங்கி நுழைந்து கொண்டிருந்தான் குழந்தை. மகள் லோகு

ரமணியின் மடியில் அயர்ந்து உறங்கிக் கொண்டிருந்தாள். மகள் உறங்கியதால் தயக்கம் விடுத்து, கண்களால் ரமணிக்கி சைகை செய்து, ஆடை மாறிச் சாப்பிட அமர்ந்தான். குழந்தையை படுக்கையில் கிடத்தி விட்டு, சாப்பாட்டை விளம்பிக்கொண்டே மெதுவான குரலில் பேச்சைத் தொடர்ந்தாள் ரமணி.

'இன்னைக்கென்னா ரெம்ப நேராயிட்டு...'

'நேர்த்த இங்க வந்து என்ன செய்ய போறேன்.. - லேசான கோபம் அவன் வார்த்தையில் தெறித்தது.'

'ஸ்ரீகாரியத்துட்ட கேட்டேளா?' - மீண்டும் தயங்கி, உரையாடலை நீட்டினாள் ரமணி.

'என்னது?'

'சரிதான்... நேத்து பிள்ளைட்ட சொன்னேள்லா... இன்னைக்கு ஸ்ரீகாரியத்துட்ட பேசி, ரூபாய் வாங்கி சைக்கிள் வாங்கிட்டு வாரேன்னு... பிள்ளை கேட்டிட்டே இருந்திட்டு... இப்பதான் தூங்குனா...'

அவன் எதுவும் மறுபடி கூறாமல் சாப்பாட்டை அளைந்து கொண்டிருந்தான். ரமணி மீண்டும் யோசனையோடு தொடர்ந்தாள்.

'அவரு தரமாட்டேன்னு சொல்லிட்டாரோ...'

'நான் கேக்கல...' - பட்டென்று ஒரு பதில் குழந்தையிடமிருந்து.

'கேக்கலையா... ஏன்...'

'அதுக்குள்ள சூழ்நிலை அமையலைன்னு... சும்ம தொண... தொண... ங்காத...' - எரிச்சல் பட்டுக் கொண்டான் குழந்தை.

தெரிசை சிவா

‘அப்ப... எதுக்கு பிள்ளைட்ட ஆசையை காட்டுகியோ... சின்ன குட்டிலா... பாவம்...’- ரமணியும் தன் ஆதங்கத்தை சிறிது கொட்டினாள்.

இருவரும் தூங்கி கொண்டிருந்த குழந்தையை ஒருசேரப் பார்த்தனர்.

‘அப்பா எப்படியும் சைக்கிள் வாங்கிட்டு வருவான்னு... பிள்ளை ரெம்ப ஆசையா இருக்கா...’- இயலாமை வெளிப்படப் பேசினாள் ரமணி.

‘நாளைக்கு எப்படியும் கேட்டிடலாம்... அம்மன் கோவில் உண்டியல் இன்னைக்குத்தான் பிரிச்சோம்... நாளைக்கி கேட்டு வாங்கிருகேன்... ’

‘அய்யோ... அந்த பைசா நமக்கு வேண்டாம்பா... சிவன் சொத்து... குல நாசம்... வேணும்னா உங்க சம்பளத்துல முன்பணம் கேளுங்கோ...’

‘பணத்துல என்னட்டி இருக்கு... இப்ப வாங்கிட்டு சம்பளத்துல கழிச்சா போச்சு...’ - என்று சொல்லி கைகழுவ போனான் குழந்தை.

ரமணி ஏதோ ஒரு யோசனையிலிருக்க, குழந்தை மகளை கட்டியணைத்துக் கொண்டு, தூக்கம் வராத கண்களை இறுக்க மூடியிருந்தான் குழந்தைச்சாமி.

நாளை எப்படியும் ஐநூறு ரூபாய் புரட்டி சைக்கிளோடுதான் வீட்டுக்கு வரவேண்டுமென்ற தீர்க்கமான முடிவு அவனுக்குள் இருந்தது.

லோகு எழுவதற்கு முன்பாகவே எழுந்து, விடியற்காலை ஆறு மணிக்கெல்லாம் குளித்து முடித்து கோவிலுக்கு வந்திருந்தான் குழந்தை. பூஜைக்குரிய சில எடுபிடி வேலைகளை செய்து முடித்து என்றும் இல்லாத வகையில் இன்று அறங்காவலர் அறையை அழுத்தி, அழுத்தி துடைத்துக் கொண்டிருந்தான். மனமெங்கும் ஐநூறு ரூபாயின் தேவை அடிக்கடி மின்னி மறைந்தது. அறை மேஜையிலிருக்கும் உலகம்மன் உண்டியல்

காசிலிருந்து 'ஐநூறு ரூபாய்' எடுத்தால் யாருக்கு தெரியப் போகிறது என்ற எண்ணம் சட்டென்று அவன் மனதில் தோன்றியது. திட்டமிட்ட திருட்டுகளில்தான் 'பயம்' அதிகம். இம்மாதிரியான திட்டமில்லாத திருட்டுகளில் 'வேகம்' அதிகம். 'எடுத்து விடுவோமா?' மீண்டும் மனக்கண்ணில் மூளையின் குரல். 'எடுப்போம்' என்று செயல்பட நினைக்கையில் 'சிவன் சொத்து குல நாசம்' என்ற மனைவியின் குரல் அதே மனக்கண்களில். குழந்தையின் இந்த குழப்பத்திற்கு நடுவே, அறங்காவலரின் வாகனம் வெளியே வந்து நின்ற சப்தம். தன்னிலை உணர்ந்தான் குழந்தை. வறுமையின் இயலாமை பொருட்டு நிகழும் 'திருட்டும்', தற்கொலையை போன்றதுதான். ஒரு நிமிட தவறு. அந்நிமிடத்தை குழந்தை கடந்ததால் குழந்தை என்ற 'மனிதன்' திருடன் ஆகாமல் தடுக்கப்பட்டிருந்தான்.

வெள்ளையும் சொள்ளையுமாக பட்டை இடுவதற்காகவே செய்த நெற்றியோடு பிறந்தது போல் உள் நுழைந்தார் அறங்காவலர் ஆதிமூலம். சரியாக அளவெடுத்து இட்டது போல் மூன்று திருநீறு கோடுகள் நெற்றியை அலங்கரிக்க, தங்கம் கட்டிய ஆறுமுக ருத்ராட்சம் சரியாக தொண்டைக் குழியை அடைப்பது போலிருந்தது. இரவில் தவறாது அருந்தும் மது, கன்னப்பரப்பின் கீழும், அடி வயிற்றின் மேலும் அத்திப்படியான தசை மடிப்புகளை உண்டாக்கியிருந்தது. சர்க்கரை நோயிற்காக இன்சுலின் குடித்த உடம்பு இயல்பு நிறத்தை இழந்திருக்க, டை அடித்த நரைத்த முடிகள் அதிகப்படியான கருப்பு நிறத்தை பார்ப்பவரின் கண்களுக்கு காட்டியது. கையிலும், கழுத்திலும் கிடந்த தங்க நகைகள் அவரின் ஆடம்பர வாழ்க்கையை அடையாளப்படுத்தியது.

அறைக்குள் நுழைந்து நாற்காலியை ஆக்கிரமித்த சில நிமிடத்தில் அறையை சுத்தம் செய்து கொண்டிருந்த குழந்தையை கவனித்தார். அவன்

வேஷ்டியில் சில இடங்கள் தண்ணீரால் நனைத்திருந்தது. சற்று முன் அவனிடமிருந்த 'திருடும் எண்ணம்' அவனுடம்பில் சில அதிர்வுகளையும் உண்டாக்கியிருந்தது.

'ஏய் குழந்தை... ஏன்டே.... ஈர துணியோட நிக்க...'

- சிறிதான தயக்கம் கலந்த மரியாதையோடு பதிலுரைத்தான் குழந்தை.

'அய்யா அதுவந்து போத்திக்கு கிணத்துலேர்ந்து தண்ணி கோரி கொடுத்தேம்லா... அதுனாலதான்'

எந்த கோவிலில்தான் ஸ்ரீகாரியத்திற்கும், மேல் சாந்திக்கும் இணக்கமான சூழ்நிலை வாய்க்கிறது. கவெர்மென்ட் என் கையில் என்ற நினைப்பு ஸ்ரீகாரியத்திற்கு. கடவுளே என் கையில் என்ற நினைப்பு போத்திக்கு. அறங்காவலர் ஆதிமூலம் பேச்சில் தன் ஆதங்கத்தை கொட்டினார்.

'தண்ணி கோரி கொடுத்தையா... போத்தி என்னா... காலு உடைஞ்சா கிடக்கேறு... நீ இந்த காலை வச்சிக்கிட்டு இதுல்லாம் யாம்டே செய்ய'- சற்று ஆவலாதியுடன் கேட்டார் ஆதிமூலம்.

'அவருக்கு கால்ல சூலை கூருல்லா... சிவனை குளிப்பாட்டத்துக்கு முன்னமே தெவங்கிருவாரு... உலகம்மன் கோவில் நடை ஏறதுக்கு முந்தி மூணு தடவை, இருந்து இருந்து எந்திருப்பாரு... இதுல எப்படி ஆழி கிணத்துல இறங்கி தண்ணி கோருவாரு' - உண்மையான அனுதாபத்துடன் பதிலுரைத்தான் குழந்தை.

'சம்பள தேதில மட்டும் அவருக்கு வாதக்கூறு... சூலைக் கூரு ஒண்ணும் வராது' - என்ற அறங்காவலரின் கிண்டல் பதிலுக்கு பதிலேதும் பேசாமல் தெளிந்த மனதுடன் அவர் அறையை சுத்தம் செய்து கொண்டிருந்தான்

குழந்தை.

'இவன் தண்ணிய கோரி அங்க வரை கொடுப்பானாம். அவரு சாமிக்கு தலையில ஊத்தி பூஜை பண்ணுவாராம்... அவரு சொல்லுக மந்திரத்தை மட்டும் நீ படிடே... நான் உன்னையே போத்தியாக்குகேன்' - அறங்காவலர் காமெடியாய் சிரிக்க, குழந்தையும் குழந்தையையாய் சிரித்து வைத்தான். அறையை சுத்தம் செய்து, டீ கப்புக்களை கழுவி, அவசர அவசரமாய் அத்தனை சேவைகளையும் பண்ணி முடித்தான்.

அவன் சேவைகளுக்கு ஒரு அனாசய, அலட்சிய பார்வையை கொடுத்து விட்டு, மேஜையிலிருந்த பணப்பையை பிரித்து எச்சில் தொட்டு எண்ண ஆரம்பித்தார் ஆதிமூலம். மொத்த பணத்தையும் எண்ணி முடித்து ரப்பர் பேண்டை போட்டு கொண்டே குழந்தையிடம் கேட்டார்.

'போத்தி... உண்டியலை தொறக்கும் போது... கூட இருந்தையாடே... பார்த்திட்டு இருக்கும்போதே, கண்ண தப்பி, எக்குல சொருவக்கூடிய ஆளாக்கும்'

'நான் கூடதான் இருந்தேன்யா... அவரு ஒண்ணும் எடுக்கலை' - அவன் அக்மார்க் சிரிப்புடன் பதில் சொன்னான் குழந்தை.

'உனக்கு... நூறு... எருநூறு... காப்பி குடிக்க தந்திருப்பாரு'

'அப்டிலாம் இல்லங்கய்யா' - மீண்டும் அதே சிரிப்புடன் பதில்.

உரையாடலின் முடிவில் பணத்தை கையில் எடுத்துக்கொண்டு பேங்கிற்கு போவதாக சொல்லி கிளம்பினார் ஆதிமூலம். அடுத்து சில நிமிடங்களுக்கு குற்றமுள்ள நெஞ்சோடு குறுகுறுத்து நின்ற குழந்தையின் கண்களுக்கு, மேஜையின் கீழே ஆதிமூலம் எண்ணும் போது கீழே விட்ட 'அந்த ஐநூறு ரூபாய் தாள்' சிரித்தபடியே காட்சி கொடுத்தது.

எதுவும் யோசிக்காமல் பட்டென்று எடுத்து மடியில் வைத்துக் கொண்டான் குழந்தை. மனது பலவாறு சிந்தித்தது. தன் கஷ்டம் தீர்க்க கடவுள் தந்த பரிசென எண்ணியது பாதி மனம். கைதவறி கீழே விழுந்த பணத்தை உரியவரிடம் ஒப்படைக்காமலிருப்பதும் 'திருட்டே' என்றது மீதி மனம். சிவன் சொத்து குல நாசம் என்ற ரமணியின் வார்த்தைகள் வேறு அடிக்கடி ஆழ்நெஞ்சில் விழுந்து, அடிமனதைப் பிசைந்தது. மடியிலிருந்த 'பணம்' கருங்கல்லை போல் கனமாய் கனத்தது. ஏதேதோ யோசனையிலிருந்தான். ஆனால் எடுத்த பணம் மட்டும் மடியிலேயே இருந்தது.

நேரம் செல்ல செல்ல, 'நாம் திருட வில்லை, நம் கஷ்டத்தை பார்த்து உலகம்மன் நமக்கு கொடுத்தது' என்று அவன் குறுக்கு மூளை, மனதை சமானப்படுத்தியிருந்தது. அது மாலையில் வீட்டுக்கு செல்லும் வரை ஒரு வித அசாதாரண தைரியத்தை அவனுக்கு கொடுத்திருந்தது. எத்தனை மாத லோகுவின் ஆசை. சைக்கிள், சைக்கிள்வென அவள் புலம்பாத நாளிலில்லை. ஊனத்துடன் இருக்கும் அவனுக்கு, நல்ல கால்களுடன் தன் மகள் சைக்கிள் மிதிப்பதை பார்க்கவும் ஆசை. வரவெல்லாம் செலவில் போக, இன்று இறைவி உலகம்மன் அளித்த பணம் அவன் மடியில். போனதும் லோகுவை அழைத்துக்கொண்டு போய் சைக்கிள் வாங்கிவிட வேண்டியதுதான். என்று பல நினைவுகளில் வீட்டுக்கு விரைந்து கொண்டிருந்தான் குழந்தைச்சாமி. ஆனால் விதி அவனுக்கு வேறொரு விளையாட்டை அங்கு வைத்திருந்தது.

வீட்டுக்குள் நுழைந்ததும் எதிர்ப்படும் லோகுவின் குரல் அன்று இல்லை. வீட்டின் ஒரு மூலையில் வேப்பிலை படுக்கையில் லோகு முனகிக்கொண்டே படுத்திருக்க, ரமணி முகமெங்கும் கவலையோடு வேப்பிலை குழையை அங்குமிங்கும் ஆட்டி லோகுவிற்கு

வீசிக்கொண்டிருந்தாள்.

'நீங்க போனதும் பிள்ளை எந்திரிக்கவே இல்லை... லேசா காய்ச்சலும் இருந்தது. மத்தியானதுக்குள்ள... உடம்பெங்கும் முத்தா வாரிப் போட்டுட்டு... நீலாச்சி வந்து பாத்து, பயப்படாத மக்கா... பிள்ளைக்கு மேல அம்மன் வந்திருக்கான்னு... சொன்னப்பறம்தாம் எனக்கு விஷயம் மனசிலாச்சி... பாவம் பிள்ளை... முனங்கிகிட்டே இருக்கா... காலையிலேயிருந்து அன்ன ஆகாரம் திங்கலை பார்த்துக்கிடுங்கோ...' - என்று சொல்லி அழுது குலுங்கினாள் ரமணி.

அவளை ஒருவாறு சமாதானப்படுத்தி லோகுவைப் பார்த்தான் குழந்தை. உடலெங்கும் பொங்கி நிற்கும் நீர்கட்டிய வெண்மணிகள். சிறிதும் பெரிதுமாய் குறுகுறுவென. வதங்கி கிடக்கும் லோகுவை பார்க்கும் போது துக்கம் தாள வில்லை குழந்தைக்கு. குளமான கண்களை தாண்டி ஒன்றிரெண்டு துளிகள் கண்ணீராய் வெளியேற, பார்த்துக் கொண்டிருந்த ரமணி கணவனை அதட்டி ஆறுதல் கூறினாள். கணவன் அழுவதை காண எந்த மனைவிதான் பொறுப்பாள்.

'சின்ன பிள்ளை மாறி அழுதிட்டு இருக்கியோ... இது ஊரு உலகத்துல உள்ளது தாலா... நேத்து நான் சொன்னேன் பார்த்தேளா... அம்மனுக்கு பைசா நமக்கு வேண்டாம்னு... நீங்கதான் அந்த பணத்துல என்ன இருக்குன்னு... சொன்னயோ... இப்பம் பார்த்தேளா... அந்த அம்மன் நம்ம பிள்ளைக்கி மேலயே எறங்கி ஒரு அறிகுறியை காட்டிட்டா... சும்மவா சொன்னாங்க... சிவன் சொத்து குலம் நாசம்னு...' - அழுகை நிறைந்து ரமணியின் வார்த்தைக் குமுறியது.

குழந்தைச்சாமிக்கு மடியிலிருக்கும் ஐநூறு ரூபாய் பணம், கொதிக்கக் காய்ச்சிய இரும்பை உருட்டி, அடிவயிற்றில் வைத்துக் கட்டியது

போலிருந்தது. சமயலறைக்குச் சென்ற ரமணி கையில் ஒரு மஞ்சள் முடிப்போடு வந்தாள்.

'அம்மா... தாயே... நான் சொன்னதை மன்னிச்சிரும்மான்னு சொல்லி, இந்த ஒத்த ரூபாயை அவ உண்டியலில் போட்டிட்டு வந்திடுங்கோ... ஒரு வாரத்துல நம்ம பிள்ளைக்கு மேல இருந்து அவ இறங்கிடுவான்னு' - ரமணி சொல்ல, ஏதோ ஒரு உத்வேகத்தோடு கோவிலை நோக்கி வேகமாக நடந்தான் குழந்தை.

போகும் வழியில் அறங்காவலர் ஆதிமூலம் டாஸ்மார்க்கிலிருந்து வெளியே வந்திருந்தார். தன்னுடைய பைக்கை காட்டி குழந்தையிடம் பேசினார்.

'எங்கடே போற... கோவில் காவலுக்கா? வா வண்டில ஏறு... நான் இறக்கி விடுகேன்...' - என்று போதையில் பேசினார். முக்கால் போதையிலிருந்த ஆதிமூலத்தின் வண்டியில் ஏறுவதற்கு குழந்தைக்கு சிறு தயக்கமிருந்தது. 'வாடே... பயப்படாத... ஒழுங்கா கொண்டு சேர்த்திருவேன்னு...' சிரித்துக் கொண்டு சொல்லும் போதே ஆதிமூலத்திற்கு நாக்கு லேசாக குழறியது. வேறு வழியின்றி வண்டியின் பின்னால் அமர்ந்தான் குழந்தை. வண்டி வளைந்தும், நெளிந்தும் நகரத்தொடங்கியது. போகும் வழியெங்கும் ஏதேதோ பேசிக்கொண்டே வந்தார் ஆதிமூலம். குழந்தை அரைகுறையாய் கவனித்து, மகள் லோகுவின் நினைப்பிலேயே இருந்தான்.

கோவில் செல்லும் வழியில் இடையில் வண்டியை நிறுத்தி, அண்ட்ராயர் பாக்கெட்டில் ரப்பர் பாண்ட் இட்டு வைத்திருந்த உண்டியல் காசிலிருந்து சில நூறு ரூபாய் தாள்களை உருவி குழந்தையின் கைகளில் கொடுத்தார் ஆதிமூலம்.

‘குழந்தை… நம்ம நாகேந்திரனுக்கு கடைல இருந்து, நாலு ப்ரோட்டா, ரெண்டு சிக்கன் சாப்ஸ், ஒரு டபுள் ஆம்லெட், பொறிப்புல லெக் பீஸு இருந்தா…ரெண்டு வாங்கிக்கோ… நான் இங்கனயே நிக்கேன்…நான் இந்த நிலைமையில அங்க போன நல்லா இருக்காது பார்த்துக்கோ…’ - என்றார்.

திருநீறு மணக்கும் உண்டியல் காசை எடுத்துக்கொண்டு, சிக்கன் கடைக்கு சென்று எல்லாவற்றையும் வாங்கிவந்தான் குழந்தை. அவனை கோவிலில் இறக்கிவிட்டு ‘முழுபோதையோடு’ வண்டியை விரட்டினார் ஆதிமூலம்.

லோகுவின் நினைப்பிலேயே நடந்தான் குழந்தை. மனமெங்கும் லோகுவின் உடலில் கண்ட விம்மி நிற்கும் நீர்கட்டிய முத்துமணிகள். மடியில் உள்ள ஐநூறு ரூபாய் தாள் தீப்பிழம்பாய் சுட்டுக் கொண்டிருந்தது. கோவிலை அடைந்து உலகம்மன் சந்நிதியில் மடியிலிருந்த ஐநூறையும், ரமணி தந்த ஒரு ரூபாயையும் சேர்த்து ஐநூத்தியொன்றாக உண்டியலிட்டு, இருகை கூப்பி, உலகம்மனுக்கு எதிராய், தரையில் படுத்து, நீட்டி, நிமிர்ந்து வணங்கினான். அவன் மனது ஒருமாதிரியான சமான நிலைக்கு வந்தது போலிருந்தது.

இனி என்று விடுதலையோ என்ற அபிப்ராய பேதத்தில், உள்ளம் பொரும, மீண்டும் அந்த உண்டியலுக்குள் ‘பொத்தென்று’ விழுந்தது ‘அந்த ஐநூறு ரூபாய் தாள்’. நடந்தவை அனைத்தையும் கண்டுகொண்டிருந்த அந்த ஐநூறு ரூபாய் தாளுக்கு திடீரென அந்த சந்தேகம் பின் மண்டையைக் குடைந்தது.

‘சிவன் சொத்து… குல நாசம்’ என்பது ஏழைகளுக்கு மட்டும்தான் போல…

இடுகாட்டுமோட்சம்

சும்மா... அடிச்சுத் தெறித்துக் கொண்டிருந்தது மழை. மழைன்னா மழை அப்படியொரு மழை. ஊர்ப்புறத்தின் பள்ளங்களிளெல்லாம் பிஸ்கெட் கரைந்தத் தண்ணீரின் நிறத்தில் வெள்ளம். சாதாரண மழைக்கெல்லாம் தலையை மட்டுமாவது வெளியே காட்டிக்கொண்டிருக்கும் பழையாற்றின் ஆனைப்பாலம், இம்முறை முங்கி வழிந்துக் கொண்டிருந்தது. வழக்கம்போல் இவ்வருடமும் பெருவெள்ளம் ஊரைச் சூழ்வதற்கான சாத்தியத்தை, நேற்றிரவே எல்லோரும் கணித்திருந்தனர். அடி அடிவென அடித்தும், வெறி அடங்கா பைத்திக்கார ரவுடியென, மழை சுழற்றி அடித்துக் கொண்டிருந்தது.

சுற்று வட்டார ஊர்களைவிட சற்றுத் தாழ்ந்த நிலமாதலால் மூன்று நாள் தொடர் மழைக்கு கூட ஊர் தாங்காது. பெருவெள்ளம் வந்து விடும். வெள்ளம் வந்தால் இரண்டு மூன்று நாளைக்கு கிராம மக்களின் நடைமுறை வாழ்கை முற்றிலும் பாதிப்படைந்து விடும். ஊரைவிட்டுப் போனவர்கள் உள்ளே வர முடியாது, வந்தவர்கள் வெளியே போக முடியாது. சப்பாத்துச்

சாலையில் பெருக்கெடுக்கும் வெள்ளம் எந்த போக்குவரத்தையும் அனுமதிக்காது. பெருவெள்ளத்தில் நீந்திச் சென்று கல்யாணம் கழித்த தம்பதிகளின் கதைகள், மருத்துவ அவசியத்திற்காக நோயாளிகளை கட்டிலோடுத் தூக்கி பெரு வெள்ளத்தை கடந்த கதைகள், அறுவைச் சிகிச்சைக்காக அக்கரைச் செல்ல முடியாத காரணத்தினால், முக்கிச் சுகப்பிரசவம் அடைந்த தாய்மார்களின் கதைகளென 'பெருவெள்ளம் சார்ந்த கதைகள்' ஊருக்குள் ஏராளமாய் கேட்கக் கிடைக்கும்.

ஆயிரம் இடைஞ்சல்கள் இருந்தும், 'பெருவெள்ள நாட்களை' அவ்வூரின் அநேக பேருக்குப் பிடிக்கத்தான் செய்கிறது. இயற்கையின் மழையை எந்த உயிருக்குத்தான் பிடிக்காது. நடைமுறைப் பணிகளிலிருந்து ஒய்வு கொடுக்கும் ஒரு ரகசிய திருவிழாவாகவே, மொத்த ஊரும் பெருவெள்ளத்தை கொண்டாடிக் களிக்கிறது. நடைமுறை நிகழ்வுகளின் மாறுதல் எல்லா மனங்களுக்கும் பிடிக்கும் தானே. முக்கியமாகப் பெருவெள்ளம் ஊரைச் சூழ்ந்து விட்டால் வேலைக்குச் செல்ல வேண்டாம். குழந்தைகள் பள்ளிக்குச் செல்ல வேண்டாம். கடல் சூழ்ந்த தீவைப்போல், ஊரைச்சுற்றி தண்ணீர் நிற்க, சூடாக இட்லியோ, ஆப்பமோ, தோசையோ தின்று விட்டு, மேற்படி ஒரு சுக்கு காப்பியும் குடித்து விட்டு, தோளில் குத்தும் கம்பளித் துண்டோடு பெரு வெள்ளத்தை வேடிக்கை பார்ப்பதென்பது, அலாதியான சுகம் கொடுக்கக் கூடியது. பெரு வெள்ளத்தை 'வாய் பார்க்கும் சுகம்' அதை அனுபவித்தவர்களுக்கு மட்டுமே புரியும். அளவான பெருவெள்ளமென்பது இயற்கை பேரிடரில் சேராது. வேண்டுமென்றால் இயற்கை பேரிடரின்பமெனக் கிண்டலாகக் கூறிக் கொள்ளலாம்.

பெருவெள்ளத்தின் பொழுதுகளில் ஊர் இளவட்டங்கள் ஒன்று கூடிச் சாலை நீரில் ஆடிக்களிக்கும். சிறார் கூட்டம் தண்ணீர் இறைத்து விளையாடி

மகிழும். சில அதிகப்பிரசங்கிகள் வெள்ளத்தில் வந்த தண்ணிப் பாம்பையோ, தவளையையோ பிடித்து நண்பர் மேலிட்டுப் பயமுறுத்துவதும் நிகழும். மழைக் குளிரில், கணுக்காலுக்கு மேல் ஆடையுயர்த்தி நடந்து வரும், இளஞ்சிட்டுகளைக் காண்பதற்காகவே காளையர் கூட்டமொன்று சாலைகளில் காவல் நிற்கும். மனமொத்த ரகசிய காதல்களின் ‘கண் ஜாடை சம்பாஷணைகள்’ பெருவெள்ளத்திற்கிடையில் அரங்கேறும். ஆங்காங்கே கிடந்தக் குப்பைகளை தண்ணீர் அடித்து சென்றதால் ‘ஊரே’ கழுவி விட்டதுபோல் தோற்றமளிக்கும். ஏதேனும் தவிர்க்க முடியாத அவசியத்திற்காக வெள்ளத்தை கடந்தே தீரவேண்டுமென்ற கட்டாயம் உள்ளவர்களுக்கு, ‘உயர்தர ஆலோசனை’ கூறுவதற்கென்றே அங்கொன்றும், இங்கொன்றுமாய் சில பெருசுகள் தெருக்களில் லாந்தும்.

‘தெள்ளாந்தி பத்தோடு ஏறி, சீதப்பால் போயிருங்கோ... அதான் பெஸ்ட் ரூட்... இப்படி போனா மாட்டிக்கிடுவியோ...’

‘தடம் பார்த்து மெதுவா போனா... போயிரலாம்... நடந்துகிட்டே இருக்கணும்... இடைல நின்னு யோசிச்சம்னா... தண்ணி உள்ள இழுத்துரும்...’

‘இது என்ன... வெள்ளம்... நம்ம கரிச்சட்டிக்கு கல்யாணத்துக்கு வந்ததே வெள்ளம்...எப்பா...என்னாஇழுப்பு...அதுலேயேநான்நீந்திகடந்தவனாக்கும்...’

‘ரெம்ப அவசரம்னா... ஆரம்பிள்ளைட்ட சொன்னா... கயிறு கட்டி கடத்தி விட்டுருவான்... ஆனா ஒரு ஆளுக்கு அம்பது ரூவா கேட்பான்...’

‘ராத்திரிய மட்டும் கழிச்சிட்டேன்னா, தண்ணி வடிஞ்சிடும்... நாளைக்கு காலையில போயிரலாம்... இப்ப ஒருவாடு வெள்ளம்லா ...போகாண்டாம்...’

-என குறுக்கும் நெடுக்குமாய் ஏகப்பட்ட அறிவுரைகள், அவசரமாய் வெள்ளத்தை கடக்க நினைப்பவர்களுக்கு ‘முழு இலவசமாகக்’ கிடைக்கும்.

அப்படிப்பட்ட ஒரு பெருவெள்ள நாளில்தான் ஊர் முதலடியும், பஞ்சாயத்து தலைவருமான சண்முகம் பிள்ளை இறைவனடிச் சேர்ந்திருந்தார். ஊரின் திரிந்த மொழி வழக்கில் அவர் பெயர் ‘சம்மம் பிள்ளை’ என்ற ரீதியிலேயே உச்சரிக்கப்படும். ஏதேனும் கோப ரீதியில் உச்சரிக்கும்போது மட்டும் ‘சட்டம்பி சம்மம்புள்ள’ என்று மெருகு கூட்டப்படும். சம்மம் பிள்ளைக்கு வயசு எழுபத்தெட்டு ஆனாலும் மேனி சிணுங்காத உடற்கட்டு. சுருங்கியத் தோளெங்கும் அழுக்கை உருட்டி ஒட்டி வைத்தது போல் மருவுகள். காது மடல்களில் வெள்ளிக் கம்பியென தெறித்து நிற்கும் முடிகள். பண்ணையார்மார்களின் அத்தியாவசத்திற்குரிய வீரம், கோபம், காமம் எல்லாம் சற்றுக் கூடுதலாகவே உண்டு. ஏழ்மையின் சுவடரியாத ‘போக’ வாழ்கை, எல்லோரிடமும் வெட்டு ஒண்ணு, துண்டு ரெண்டெனப் பேசச்சொல்லும் போல. எளியவர் வறுமை தெரியாமல் பலநேரம் வார்த்தைகளை உதிர்த்து விடுவார் சம்மம் பிள்ளை. ஏதேனும் நல்ல மனநிலையில் இருந்தால் வாரியும் வழங்கி விடுவார். சம்மம் பிள்ளையைப் பாரிவள்ளல் என புகழவும் முடியாது. இரக்கம் கெட்ட கம்சன் என இகழவும் முடியாது. யாருக்கும் விளங்காத இறைபொருளாய் இரண்டிற்கும் இடைப்பட்டக் குணநலத்தோடு வாழ்ந்து, இன்று இறந்திருந்தார் சம்மம் பிள்ளை.

சம்மம் பிள்ளையின் மரணம், யாருமே எதிர் பார்க்காத தீடீர் மரணம். நல்ல சாக்காலம். சாயங்காலம் பெருவெள்ளத்தைப் பார்த்து, கூட்டத்தோடு கூட்டமாய் பல கதைகள் பேசி, வயல் , களைப்பறிப்புக்கு வரும் குமருகளை நோக்கி, காம கண்ஜாடைகள் காட்டி, இரவு எட்டு மணிக்கு வீட்டுக்கு வந்து, தேங்காய், உப்பு, பச்சைமிளகாய் போட்டு நுணுக்கிய உதிரி துவையல் வைத்து, சுடச், சுட நாலு நல்லஎண்ணெய் தோசைத் தின்று விட்டு

அம்மம்மா-வென படுத்தவர்தான். விடியக்காலை நாலரை மணிக்கு, மனைவி கோசலை எழுப்பும் போது, எந்திரிக்கவே இல்லை. எப்போது வந்து 'காலன்' உயிரை எடுத்தான் என்பது எமதர்மராஜனுக்கே வெளிச்சம். நிலவரம் கலவரமாகி, உள்ளூர் டாக்டர் பரிசோதித்து, சம்பம் பிள்ளையின் இறப்பை உறுதி செய்தார். அருகிலிருந்த சொந்த பந்த பெண்கள் துக்கம் தாளாது, குலுங்கி அழ ஆரம்பித்த அந்த விநாடியில்...

குன்றத்திலே குமரனுக்கு கொண்டாட்டம்...

அங்கே குவிந்ததம்மா பெண்களெல்லாம்...

வண்டாட்டம்...

வண்டாட்டம்...

குன்றத்திலே குமரனுக்கு கொண்டாட்டம்... -- ஏ.ஆர். ரமணி அம்மாள் பாடிய முருகன் பாடல்... ஊர் கோவில் ஒலிபெருக்கியில், கோவில் வாட்ச்மேன் கணேசனின் கைங்கர்யத்தில் உச்ச ஸ்தாதியில் ஒலிக்க ஆரம்பித்திருந்தது. பண்ணையார் இறைவன் திருவடிப் பற்றிய, விஷயம் தெரியாமல் பக்திப்பாடல்களை வழக்கம்போல் ஒலிபரப்பிக் கொண்டிருந்தான் வாட்ச்மேன் கணேசன்.

ஊருக்குள் மரணம் நிகழும் போது, கோவிலில் பக்திப்பாடல்கள் ஒலிப் பரப்புவதில்லை. அது ஒரு சமிக்கைப் போல. கிராமத்தின் பாடல் ஒலிக்காத காலை, ஊருக்குள் மரணம் நிகழ்ந்ததை உறுதிப்படுத்தும். ஆனால் இன்று மரணம் நிகழ்ந்தது வாட்ச்மேன் கணேசனின் காதுக்குச் செல்லாததால், விடியற்காலையிலேயே குன்றத்தில் குமரனை ஆட விட்டிருந்தான். அடை மழையிலும், தவறாத பணிக்கடமையைச் செய்த கணேசனின் 'பணிப் பொறுப்பை' சிலாகித்து ஒரு கெட்ட வார்த்தையை உதிர்த்துவிட்டு, சைக்கிளை எடுத்துக்கொண்டு 'குமரனின் கொண்டாட்ட பாட்டை நிறுத்த'

கோவிலுக்கு விரைந்தான் பண்ணையார் வீட்டு வேலைக்காரன் முத்தையன்.

காலையும், மாலையும் பக்திப்பாடல்களை ஒலிபரப்பும் இந்த யோசனை யார் மூலம் தொடங்கியதோ தெரியவில்லை. தற்போதெல்லாம் கிராமத்து மனிதர்களை எழுப்பி விடுவது TMS, சீர்காழி, சூல மங்கலம் சகோதரிகள் அல்லது வீரமணியின் குரல்தான். ஊருக்குள், சற்று பெரிய சைஸ் கோன் ஐசை போலிருக்கும் ஐந்தாறு ஒலிப்பெருக்கிகளும் சேர்ந்து பாடத் துவங்கினால், ஒரு மனிதனும் நிம்மதியாக உறங்க முடியாது. குழந்தைகள், வயதானவர்கள் உட்பட எல்லோரையும் விடியற்காலையில் புரண்டு... புரண்டு... படுக்க வைக்கும் ஆற்றல், அந்த ஒலிபெருக்கிகளின் சப்தத்திற்கு உண்டு. அவ்வாறே பழகிப், பழகி சில பேருக்கு இப்பாடல் இல்லாத நாட்களில் காலைக்கடன் கழிப்பது கூட பெரும் சிரமமாகிப் போனது. அதையும் மீறி, பாடலின் சப்தத்தை பொறுத்துக்க கொண்டு, தூங்குவது என்பது சிம்மச்சொப்பன வகையில் சேர்ந்தது. வெட்டி வீராப்பில் ஒரு ஆசைக்கு வேண்டுமென்றால் கண்ணை மூடிப் படுத்தே கிடக்கலாம். ஆனால் 'விடியற்காலை சுக உறக்கம்' என்பது இன்றுவரை இக்கிராம மக்களுக்கு 'வசப்படாத விஷயமே'. சற்று கல்நெஞ்சத்தோடு விடாப்பிடியாகக் தூங்க முயன்றாலும்... பாடலின்,

'உருகிச் சொல்லுங்கள் முருகனின் பேரை'

நெருங்கி செல்லுங்கள் குமரனின் ஊரை' - என்ற வரிகள் வரையே தாக்கு பிடிக்க முடியும். பின்பு வரும்...

'வேல்முருகா...

வெற்றி வேல்முருகா...

அரோகரா... '- என்ற பக்தி ஆவேச ஆகோசத்தில் தூங்கிக் கிடந்த அத்தனை பேரின் கண்களும் திணறி விழிக்கும். கிராமத்தில் பக்திமணம்

கமழ யார் கண்டு பிடித்ததோ இந்த ஏற்பாடு. இருந்தும் சாமிக் குத்தம் ஆகிவிடக்கூடாது என்ற பயத்தில் யாரும் பெரிய எதிர்ப்பெதுவையும் காட்ட வில்லை. மேலும் சாமி வந்து கண்ணைக் குத்தி தண்டித்து, ஒன்றைக் கண்ணால் கழிய, யாரால் முடியும்.

கணேசனைச் சந்தித்துப் பிரசிடெண்ட் இறந்த விஷயத்தைச் சொன்னான் முத்தையன். அவரசமாய் பாட்டை நிறுத்திவிட்டு, முத்தையனிடம் லேசாக வருத்தப்பட்டு, வெகுவான ஆச்சர்யம் காட்டினான் கணேசன். அக்கிராமத்தின் காற்றெங்கும், பாடல் நிறுத்தப்பட்ட விடியற்காலையின் 'மௌனம்'.

'நேத்து சாயங்காலம்தான், மணிக்கு கடையில ரெண்டு செந்துளுவன்பழம் சேர்ந்தாப்புல தின்னாரு... இப்ப செத்து போனாருன்னு சொல்லுகியேன்னு' - என்ற கிண்டல் தொனியோடு வருத்தப்பட முனைந்தான் கணேசன்.

'செந்துளுவன் பழம் தின்னுட்டு... சாகப்புடாதா என்ன...' - என முத்தையன் ஆசுவாசபட, அந்த வினாடியில் மீண்டும் ஒரு பாட்டின் சப்தம்.

ஊரின் தெற்கு மூலையிலிருந்து முக்கால் கிலோமீட்டர் தூரமுள்ள கிறிஸ்தவ சமுதாய மக்கள் வாழும் திரித்துவபுரத்திலிருந்து.

நன்றி இயேசுவே... உமக்கு நன்றி இயேசுவே...

பெரும் சாபம் தீர்த்து எமை காத்த,

உமக்கு நன்றி இயேசுவே...

உமக்கு நன்றி இயேசுவே...

கணேசனும், முத்தையனும் ஒருவரை ஒருவர் பார்த்துக் கொண்டார்கள்.

கணேசா... என்னடே, இது...?

இது தெரியலையா... இது இயேசு பாட்டாக்கும்...

அது தெரியி, இது எத்தர நாளா... நடக்குன்னு கேக்கேன்...

இப்பம் ஒரு மூணு நாளாதான்... நம்ம சாமி பாட்ட கேட்டிட்டே உறக்கம் முழிச்சா... அவ்வோ சாமி கோவப்படாதா என்ன... அதான் இப்பம் ரெண்டு மூணு நாளா, அவனுகளும் பாட்டு போடுகானுகோ... வெளிநாட்டு பயோனியர் ஸ்பீக்கர் எப்படி காதை கிழிக்கு பார்த்தியா... நம்ம ஊதுகுழல்களையும் தூர தூக்கி போட்டுட்டு, இந்த மாதிரி வாங்கணும்... முத்தையா... நம்ம ப்ரெசிடென்ட்ட சொல்லு கேட்டயா... - தன்னை மறந்து கூறிவிட்டு, பின்பு சுயநினைவுக்கு வந்தவனாய், ‘இனி எங்க போட்டு சொல்ல... அவருதான் பாட்டை... நிறுத்தியாச்சே’ - என்று சொல்லிக் காமெடி அடித்தான் கணேசன்.

ஊருக்குள்ள இளவு விழுந்திருக்கும் போது, இப்படி பாட்ட போட்டு கொளுத்தலாமா கணேசா? அங்க யாராங்கும் பாட்டு போடுகது? ஒரு போன போட்டு நிறுத்த சொல்லு டே... - முத்தையன் உண்மையான கவலையோடு கூறினான்.

கணேசனுக்கு நிலைமை குஷியாக இருந்தாலும், முத்தையன் சொன்ன படி போன் போட்டு பேசி விட்டு,

யாரு செத்தாலும் பாட்ட நிறுத்த முடியாதுன்னு சொல்லுகான் முத்தையா...

யாரு...

நம்ம லாசருதான்...

யாரு ? குண்டு லாசரா?

ஆமா... - என்று கணேசன் சொன்ன அந்த வினாடி, முத்தையனுக்கு பழைய சம்பவமொன்று நினைவுக்கு வந்தது.

சில மாதங்களுக்கு முன்பு, பிரசிடெண்ட் தோட்டத்தில் தென்னைக் கருக்கு(இளநீர்) பறிக்கும் 'களவு' அதிகமாக இருந்தது. ஒன்று ரெண்டென்றால் முத்தையனும் கண்டு கொள்ள மாட்டான். ஒவ்வொரு முறையும் ஏழெட்டு குலைகள். அறுபது எழுபது காய்கள். வெள்ளரித் தோட்டத்தில் புகுந்த எருமை மாடுகளென, ஏதோ ஒரு கூட்டத்தின் கைங்கர்யம். இளநீரை குடிப்பதோடு நிறுத்தாமல், இளநீரில் குளித்து, குண்டி கழுவியும் பார்த்துக் கொண்டது, மனிதப் போர்வையிலிருந்த அந்தக் குரங்கு கூட்டம். நாளுக்கு நாள் இளநீர் திருட்டு அதிகரிக்க, பொறுக்க மாட்டாமல் தென்னை மரத்தண்டில் பிளேடு துண்டுகளைச் சொருகி வைக்க பிரசிடெண்ட் சொல்ல, முத்தையனும் அவ்வாறே செய்திருந்தான். கிரிக்கெட் விளையாடிக் களைத்த ஒரு மாலைக் கருக்கலில் திரித்துவபுரத்தைச் சார்ந்த லாசரும் அவன் நண்பர்களும், 'பிளேடு' விஷயம் தெரியாமல் 'கள்ளக்கருக்கு' குடிக்க மரத்தில் ஏற, உடம்பெங்கும் கண்டதுண்டமாய் பிளேடின் கீறல்கள். நிலவு இருட்டில் ரத்த சகதியில் துடித்தழுதனர் இளைஞர்கள் அனைவரும். ஐந்தாறு நாட்கள் ஆஸ்பத்திரி வாசத்திற்குப் பின்பே அனைவராலும் எழுந்து நடக்க முடிந்தது.

சம்பவம் கேள்விப்பட்டு முத்தையன் மிதப்பில் திரிய, பிரசிடெண்ட் மீதும் வேலைக்காரன் முத்தையன் மீதும் கொலை வெறியில் இருந்தார்கள் திரித்துவபுர இளவட்டங்கள் அனைவரும். அதிலும் ஏதேனும் ஒரு திருவிழா சமயத்தில் சம்பந்தப்பட்டவரின் தலையில் 'குத்தாலம் துண்டையோ' அல்லது 'சாக்கையோ' போட்டு மூடி, அவர் சுதாரித்து முடிப்பதற்குள், முப்பது, நாற்பது குத்துக்களைச் சரமாரியாக குத்தும் 'கும்மாங்குத்து' பரிபாடியை, பிரசிடெண்ட் மேலோ அல்லது முத்தையன்

மேலோ ஏவுவதற்கு சாதகமானச் சூழ்நிலையை எதிர்பார்த்துக் காத்துக்கிடந்தனர் குண்டு லாசரும் அவன் குழுவினரும்.

தற்கால பின் நவீனத்துவ சிந்தனைகளின் தாக்கமோ, என்னவோ, நடந்த சம்பவத்தால் 'முதலாளித்துவத்தின் மீது' கடும் விரக்தியிலிருக்கும், இவர்களிடம் சென்று, பாட்டை நிறுத்த சொன்னால் எப்படி நிறுத்துவார்கள்? முத்தையனுக்கு பல யோசனைகள் வருவதும் போவதுமாக இருந்தது.

அந்த நிமிடத்தில் முதல் பாட்டு முடிந்து, அடுத்த பாட்டு ஒலிக்க ஆரம்பித்தது.

பயப்பட மாட்டேன்... நான்

பயப்பட மாட்டேன்...

இயேசு என்னோடு

இருப்பதினால்...

இரண்டாவது பாட்டைக் கேட்டதும் கணேசனுக்கு சிரிப்பு பொங்கியது. நேரடியாக முத்தையனின் முகம் நோக்கியே ஏளனச் சிரிப்பு சிரித்தான் கணேசன்.

யார்ட்ட கேட்டிட்டு இவனுக... இப்படி பாட்டை போட்டு கொளுத்துக்கானுக்கோ ? - ஏதோ நினைப்பில் முத்தையன் கூறினான்.

யார்ட்ட கேக்கணும்...? கேட்டேல்லா பாட்டை... அவனுகோ எதுக்கும் பயப்பட மாட்டானுகளாம் - மீண்டும் கணேசனின் கிண்டல் தொனிப் பேச்சு.

வாக்கு தர்க்கம் முற்றி சண்டைக்கு வழிவகுத்துவிடும் என்பதால், பதிலேதும் சொல்லாமல் சைக்கிளை கிளப்பினான் முத்தையன்.

மனதிற்குள் மட்டும் கடுமையான கோபத்தின் குரல்கள்.

‘இவ்வளவு கொழுப்பா... இவனுகளுக்கு... இவனுகளுக்கு பாட்டை எப்படி நிறுத்தணும்னு எனக்கு தெரியும்னு’ - என்று கூறிக் கொண்டே ஊரின் வடகோடியிலிருந்தத் திரித்துவபுரத்திற்கு பிரியும் மின்சார பகிர்மான ட்ரான்ஸ்பார்மரை நோக்கி சைக்கிளை அழுத்தினான் முத்தையன். அடுத்த ஆறாவது நிமிடத்தில் இயேசு இருக்கும் தைரியத்தில் யாருக்கும் பயப்படாமல் பாடிக்கொண்டிருந்த திரித்துவபுர ஸ்பீக்கர் மின்சாரமில்லாது ‘பேரமைதி’ காத்தது.

காலைச் சூரியன் சொரியும் ஒளியுடனேயே ப்ரசிடென்டின் இறப்பு செய்தியும் எல்லோர் வீட்டுக்குள்ளும் பரவியது. காரியம் சாதிக்க நினைக்கும் பெண் மக்களின் கண்ணீரைப் போல், மழைவேறு விடாமல் தூறிக் கொண்டேயிருந்தது. பிரசிடெண்ட் வீட்டுக்கு முன் பச்சை ஓலைக் கட்டி பந்தல் போடப்பட்டிருந்தது. அது என்ன குறியீடோ... என்னவோ... ஒரு ஒற்றைப் பெஞ்சும் வீட்டு வாசலை அலங்கரித்தது. ஒரே மகன் அருணாச்சலம் உள்ளூரில் இருப்பதால் தடபுடலாய் ஏற்பாடுகள் நடந்தேறின. திருநெல்வேலி தாசில்தாருக்கு வாழ்கை பட்டுப் போன, மகளின் குடும்பமும் பெருவெள்ளம் கடந்து வந்திருந்தனர். சம்மம் பிள்ளையின் பேரப்பிள்ளைகள் சப்பாத்து வெள்ளம் கடக்கையில் சிரிப்பாய் சிரித்துத் தொலைத்தனர். சிரிப்பு சத்தத்தோடு அப்பாவின் சாவிற்கு செல்வதற்கு மகளுக்குச் சங்கடமாயிருந்தது. வீட்டு வாசலை அடைந்ததும் ஆக்ரோஷமாக கூவி, ஒரு அழுகை ஒப்பாரி வைத்தாள் மகள். நாலைந்து குலுங்கலோடு அழுகையை முடித்துவிட்டு, விருந்தினர் வருகையில் மட்டும் அளவோடுச் சிணுங்கிக் கொண்டிருந்தாள். பெய்து கொண்டிருக்கும் மழையால், பெரிதான கூட்டம் இல்லை. உள்ளூர் காரர்கள் அங்குமிங்கும் வருவதும், போவதுமாக இருந்தனர்.

பெருவெள்ளம் வடியாமல் பிணமெடுக்க முடியாது. சுடுகாட்டு பள்ளமெங்கும் வெள்ளக்காடு. சுடுகாட்டு ஈசனின் வடிவமாகிய சுடலை மாடனே, கழுத்தளவு தண்ணீரில் கால் கடுக்க நின்று கொண்டிருக்கிறார். எதிராளி முண்டன் சாமி, தண்ணீருக்குள் மூழ்கி, முப்பது மணிக்கூர் கழிந்திருந்தது. வெள்ளம் வற்றிய பிறகுதான், கொஞ்சம் வெற்றிலை, பாக்கு, பழத்தை வைத்து மூச்சிருக்காவென சோதிக்க வேண்டும். சுடுகாட்டு சாமிகளே தத்தளிக்கும் இந்த சூழ்நிலையில், ஆசாமி ப்ரசிடெண்டை கொண்டு போய் எங்கே அடக்குவது. எப்படியும் இன்று அடக்கமில்லையென்று அனுமானித்த நிலையில், கைகால்கள் விரைப்பதற்குமுன் சவத்தைக் குளிப்பாட்டி ஐஸ் பெட்டிக்குள் அடைந்திருந்தார்கள். ஆளாளுக்கு மழை எப்போது நிற்கும் என்ற சாயலில் வானத்தை அண்ணாந்து பார்த்துக் கொண்டிருந்தனர். அங்கோ... இடி மின்னலுடன் கருமேகமாய் திரண்டு அடுத்த மழையைத் கொட்டித் தீர்ப்பதற்கு தயாராய் இருந்தது வானம்.

மூன்றாம் நாளில் சுடலையும் பெருவெள்ளத்தில் முங்கிய செய்தியை கேட்டதும் தான் மகன் அருணாச்சலம் முடிவை மாற்றினான். அப்பாவின் சிவலோக பதவியின் பயணம் சுடலையின் சுடுகாட்டுவழி அல்ல. இயேசு சாமியின் இடுகாட்டின் வழியென்று. ஆம்... வேறு வழியில்லை. மழை நிற்பதாகத் தெரிய வில்லை. இன்று கூட ஒரே சீராகப் பெய்த வண்ணமே இருக்கிறது. இறந்த உடல், இரத்தம் சுண்டிக் கருக்கத் தொடங்கியிருந்தது. இன்னும் தாமதிப்பது சரியல்ல.

'அப்பாவுக்கு, சூடே ஆகாது... காப்பி கூட சூடா குடிக்க மாட்டா... அதான்... கடவுளு இந்த நிலைமையை உண்டாக்கியிருக்கான்' - என மூக்கைச் சிந்திக் கண் கலங்கினாள் மகள்.

திரித்துவபுர பெரியவர்களிடம் அனுமதியும் கேட்டாயிற்று.

எதிர்பார்த்தபடியே இளவட்டங்கள் ஆக்ரோஷமாகப் போர் கொடி தூக்க, 'ஒரு கன்னத்தில் அடித்தால், மறுகன்னத்தை காட்டுங்கள்' - என்பது மாதிரியான பைபிள் வசனங்களை கூறி, அவர்களையும் சம்மதிக்க வைத்திருந்தனர் அறநிலை போதகர்கள். சர்ச்சின் விரிவாக்கப் பணிகளுக்கு பிரசிடெண்ட் மகன் அருணாச்சலம் கொடுத்த பெரிய தொகையொன்று 'சர்ச் போதகர்களை' மகிழ்ச்சி படுத்தியிருந்தது. ஒரே ஒரு நிபந்தனைதான். பிணத்தை எரிக்க கூடாது. கிறிஸ்தவ முறைப்படி பெட்டியிலிட்டு புதைக்க மட்டுமே செய்ய வேண்டுமென்ற 'அன்பு' கட்டளையைப் பிரசிடெண்ட் குடும்பம் வேறு வழியில்லாமல் ஏற்றுக் கொண்டது. சில உள்ளூர்வாசிகளின் எதிர்ப்பையும் மீறி, சம்மம் பிள்ளையின் இறுதிப்பயணம் ஒருவாறு முடிவாகியிருந்தது. பிணத்தைச் சவப்பெட்டியில் அடக்கி, புதைக்கும் பொறுப்பு லாசர் மற்றும் குழுவினரின் கைகளில் ஒப்படைக்கப்பட்டது. கோபத்தில் வாய் திறந்த லாசரின் வாயில் ஒரு அப்பத்தை திணித்து, நெற்றியில் சிலுவையிட்டு ஆவேசம் தணித்தார் சர்ச் பாதர் சாலமன்.

இந்து முறைப்படியிலான இறுதிச்சடங்குச் சம்பிரதாயங்களை முடித்து, பாடைப் படகேறி கிறிஸ்தவ சிமித்தேரி வந்தடைந்திருந்தார் சம்மம் பிள்ளை.

குழிக்குள் உடலை இறக்கும் பணிச் செய்ய, கிறிஸ்தவ இளைஞர்கள் தயாராய் இருந்தனர். சம்மம் பிள்ளையின் தூரத்து சொந்தக்காரன் ஒருவன், முழு போதையில், 'ஏன் அருமை சித்தப்பாவை, யாம்ல... இந்த இழவு குழிக்குள்ள தள்ளுகியோன்னு' மழையில் நனைந்த படியே தூரத்தில் சளம்பிக் கொண்டிருந்தார்.

லாசருக்கு கோபம் கோபமாக வந்தது. அடக்கி கொண்டான். பாடையிலிருந்து சம்மம் பிள்ளையை சவப்பெட்டிக்குள் மாற்றத்

தொடங்கினர். என்ன கோபமோ, என்னவோ, பெட்டிக்குள் போக பிரசிடெண்ட் மறுத்தார். எப்படி திருப்பிப் பார்த்தாலும் உடல் பெட்டிக்குள் அடங்க மறுத்தது. காலை மடக்கி ஐஸ் பெட்டிக்குள் வைத்தது பெரிய தப்பாக போயிற்று. மடக்கிய கால்கள் நிமிராமல் சவப்பெட்டியைத் தட்டி நின்றது. லாசர் கண்ணைக் காண்பிக்க, ஒரு வெள்ளை வேஷ்டியைப் பந்தல் போல் பிடித்து, பிணத்தை சுற்றி மறைத்தனர். உள்ளே சென்ற லாசர், சம்மம் பிள்ளையின் மடித்தக் காலை தன் தோளில் வைத்து, நிமிர்க்கும் பொருட்டு முழுப்பலத்தையும் கூட்டி ஒரு அழுத்து அழுத்தினான். முட்டெலும்பு நகரவோ, உடையவோ செய்த மாதிரி 'மடக்' கென்று ஒரு சப்தம். சுற்றி நின்ற சம்மம் பிள்ளையின் குடும்பத்தார்கள் குழிக்குள் எட்டிப் பார்த்தார்கள்.

நீட்டிய காலோடு சவப்பெட்டிக்குள் நீண்டுப் படுத்திருந்தார் சம்மம் பிள்ளை. பதட்டமடைந்த எல்லோருக்கும் பெருத்த சந்தோசமாக இருந்தது. வேஷ்டிபந்தலுக்குள் லாசருக்கு கூட நின்று உடம்பை பிடித்திருந்தவன், 'செத்தப்பொறகும், அவருக்கு காலை ஒடச்சு... பழி தீர்த்திட்டயே மச்சான்' என்று லாசரின் காதுக்குள் கிண்டல் தொனியோடு கிசு கிசுக்க, குண்டு லாசரும் லேசாகப் புன்னகைத்தான். இந்துக்கள் அனைவரும் ஒரு கைப்பிடி மண்ணெடுத்து குழிக்குள் இட்டு,' ஆமென்' என்றனர். அதைக் கேட்ட சர்ச் பாதர் சாலமன் பரவசத்தோடு, அல்லேலூயா... ஆமென்...! என்றார்.

மழைவெள்ளத்தால் சம்மம் பிள்ளை பட்டப்பாடு, அடுத்த நாள் தினசரிகளில் 'மதநல்லிணக்கம்' என்ற பெயரில் செய்தியாக வெளி வந்திருந்தது.

ஆவி

நடுநிசியில் அவன் ஊருக்குள் செல்லும் போது அவனுக்கே பல இடங்கள் அடையாளம் தெரியாமலிருந்தது. சொந்த ஊரையே அடையாளம் தெரியாத அளவிற்கு, ஊருக்குள் ''எத்தனை மாற்றங்கள்''. ஊர் குளத்தருகே இருந்த வேப்பமரம் முறிக்கப்பட்டு, புதிதாய் ஒரு பஸ் ஸ்டாண்ட் கட்டப்பட்டிருந்தது. ''டீக்கடை'' வேலாயுதம் அண்ணன் தனது கடைக்கு மரப்பலகை கதவை மாற்றி, கிரில் கதவு போட்டிருந்தான். ஓட்டுப்புரை கட்டிடங்களாய் இருந்த ஊர் பள்ளிக்கூடம், மேக் அப் செய்த சினிமா நடிகை போன்று வண்ணங்கள் அடித்த கான்க்ரீட் கட்டிடங்களாய் மாறியிருந்தது. ஊர்கோவில் கோபுரச்சிலைகள் பெயிண்ட் வண்ணங்களோடு ஜொலிக்கிறது. ''கும்பாபிஷேகம்'' கழிந்திருக்கலாம். அவன் வீட்டு தெருவிலும், இரண்டு மூன்று ஓட்டு வீடுகள், கான்கிரிட் வீடுகளாக பதவி உயர்வு அடைந்திருந்தது. அவன் வீட்டை ஒட்டி இருந்த சாக்கடை முழுதும், சிமெண்ட் சிலாப்புகளால் மூடப்பட்டிருந்தது. இதற்காக எத்தனை முறை பஞ்சாயத்து தலைவரிடம் மனு கொடுத்திருப்போம் என எண்ணினான் அவன். எப்படியோ வேலை நடந்து விட்டது என

சமாதானமும் அடைந்தான். வெளிநாட்டில் அடிமை வேலைபார்த்து, சில ஆண்டுகள் கழித்து சொந்த ஊருக்குள் வரும் ''அயல்வாசியின்'' மன நிலைமையிலிருந்தான் அவன்.

ஊரைவிட்டு போய் ஒரு இரண்டரை வருடங்கள் இருக்குமா? ஆமாம். சரியாக கணக்கு பார்த்தல் ஊரைவிட்டு, இந்த உலகத்தை விட்டு போய் இரண்டு வருடம், ஏழு மாதங்கள் ஆகிறது. காஷ்மீரில் குண்டடி பட்டு, இறந்ததில் தொடங்கி, ராணுவ துப்பாக்கிகள் முழங்க, தேசியக் கொடி போர்த்தி மரியாதை செய்தது, மனைவிக்கும் மகனுக்கும் ''பரம்வீர் சக்கரா'' பதக்கங்கள் கொடுத்து கௌரவித்தது, சவமாய் பெட்டிக்குள் விழுந்து, ஹெலிகாப்டரில் பறந்து, சொந்த ஊரில் சொந்த பந்தங்கள் உட்பட பலபேர் அழுகைக்கு நடுவில் சிதையில் எரிந்து சாம்பலானது -என எல்லாம் அவன் நினைவுக்கு வந்தது. மிலிட்டரிகாரனின் வாழ்க்கை இப்படித்தான். ''வீரமரணம்''-னா சும்மாவா? ''நாட்டுக்காக உயிரையும் கொடுப்பேன்னு'' – எல்லாரும் சொல்லலாம். ஆனால் உண்மையிலேயே உயிரை கொடுத்து வீரமரணம் எய்துவது எவ்வளவு பெரிய விஷயம். அந்த பாக்கியம் அவனுக்கு கிடைத்திருந்தது. இறந்து விண்ணுலகம் சென்ற அவன், எமனிடம் ஸ்பெஷல் அனுமதி பெற்று, குடும்பம், சுற்றத்தாரை காணும் ஆவலில், இரண்டரை ஆண்டுகள் கழித்து, இந்த பின்னிரவின் மூன்றாம் ஜாமத்தில் சொந்த ஊரை அடைந்திருந்தான்.

மனித உடலை கடந்த ''ஆத்மா''வாகையால், பூட்டியிருந்த தன் வீட்டுக் கதவை தாண்டி அவனால் உள்ளே வர முடிந்தது. ஆவியாக இருந்தாலும் அவன் வீட்டுக்குள் வரும் போதெல்லாம் உணரும் ''அந்த வீட்டின் வாசத்தை'' அவனால் உணர முடிந்தது. இதுவரை மாற்றியிராத அம்மா, அப்பாவின் செருப்புகள், மனைவின் செருப்புகள், அளவில் சிறிய மகனின் செருப்புகளை பார்த்ததும் கண்ணீர் முட்டியது. தான் உபயோகித்த

செருப்புகளும், ஷூக்களும் எங்கே? என்று நினைத்தான். வெளியே எறிந்திருப்பார்கள் அல்லது யாருக்காவது பயன்படுத்த கொடுத்திருப்பார்கள். இறந்தவர்கள் பயன்படுத்திய உடைமைகளை வெளியே எறிவதுதானே ''மரபு'' என்றெண்ணி சமாதானம் அடைந்து கொண்டான்.

உருட்டி வைத்த ''நீளமான சாக்கு மூட்டையைப்''- போல், முன்புற ஹாலிலிருந்த இரட்டை பெஞ்சில் கம்பளிப் போர்வைக்குள் அப்பா தூங்கிக் கொண்டிருந்தார். ஆழ்ந்த தூக்கத்திற்கு அடையாளமாய் நிதானமான ''குறட்டை'' சப்தம் கேட்டுக் கொண்டிருந்தது. கீழே பாயில் ஒருக்களித்து படுத்து அம்மா தூங்கிக் கொண்டிருந்தாள். ஆவியாக இருந்தாலும் மனிதன் தானே. பாச உணர்வு இருக்காதா, என்ன? உணர்ச்சிவசப்பட்ட நிலையில் பரிதவிப்புடன் இருந்தான் அவன். முன்புற ஹாலில் எந்த மாற்றமும் இல்லை. தோற்றம், மறைவு தேதிகளுடன், சந்தன மாலை தொங்க, இராணுவ சீருடையுடன் கூடிய அவன் போட்டோ மட்டும் புதியதாய் இருந்தது. கண்ணாடித் தொட்டிக்குள் எப்போதும் இயங்கிக் கொண்டிருக்கும், இவன் வாங்கி விட்ட ''மீன் தொட்டிமீன்கள்'' முன்பை விட வளர்ந்திருந்தது.

அத்தனையும் கனத்த மனதுடன் கடந்து, படுக்கை அறைக்குள் நுழைந்தான். மனைவியையும், மகளையும் காணப் போகும் உணர்ச்சி துடிப்பை அவனால் அடக்க முடியவில்லை. சதையில்லா, எலும்பில்லா ''ஆவிஉடம்பு'' பாசப்பிணைப்பால் பரிதவித்தது. கட்டிலில் வாடிய பூப்பந்தாய் உறங்கிக் கிடந்த மனைவி மிருளாயிணியையும், அவள் மீது காலிட்டு படுத்திருக்கும் மகன் பத்மனையும் கண்டான். இரண்டரை வருடத்தில் இவர்களுக்குள் எத்தனை மாற்றங்கள்.

மிருளாயிணியை ''மிரு'' என்றே அழைப்பான் அவன். கொஞ்சமாய்

தமில் 98

குண்டாகியிருந்தாள். முடி அங்கும் இங்கும் கலைந்திருக்க, பொட்டில்லாத நெற்றி, பாலைவனநிலம் போல பரந்திருந்தது. "மிரு"வுக்கு அழகே அவள் சிரிப்புதான். அவள் சிரிக்கும் போதெல்லாம், "ஆயுள் முழுவதும் அதில் விழுந்து கிடக்கலாம்" - என்ற அளவிற்கு, பென்சில் நுனி வடிவில் கன்னத்தில் "ஒரு குழி" தோன்றும். கல்யாணமான நாள் தொட்டு, அதனைக் காண்பதற்காகவே அவளை ஏதாவது செய்து, சிரிக்க வைத்துக் கொண்டிருப்பான் அவன். எட்டு வருட திருமண வாழ்க்கையில், அவளோடு அன்பில் கலந்து, ரசித்து, சிரித்தப் பொழுதுகளை எண்ணிப் பார்த்தான். அவளோடு காஷ்மீரில் கழித்த ஒன்றரை வருட "புதுத் தம்பதிகள்" வாழ்க்கை, சுற்றித் திரிந்த இடங்கள், கட்டியணைத்தப் பொழுதுகள், முத்தமிட்ட விநாடிகள், "உடல் சுகம்" சுகித்த நிமிடங்கள், பெற்றோர் ஆன காலங்கள் என அனைத்தும் காட்சிகளாய், கண் முன்னே விரிந்தது. அற்ப ஆயுளில் இறந்த அவனை நினைத்து, அவனுக்கே பாவமாய் இருந்தது.

தன் அம்மா பத்மாவதியின் பெயரையே, மகனுக்கு "பத்மன்" என சூட்டியிருந்தான் அவன். தன் அச்சு அசலான முகச்சாயலுடன் மகன் பிறந்த நாளில் அவன் அடைந்த மகிழ்ச்சிக்கு அளவே இல்லை. ஆசை மகன் "அப்பாவென" அழைத்த நாளில், ஆனந்த எல்லையின் வரைமுறையை தாண்டிய மகிழ்ச்சியிலிருந்தான் அவன். அத்தனையும் மொத்தமாக பொசுக்கிய ஆண்டவன் மீது கோபம் வந்தது. "எல்லாம் விதி" என்ற மேம்போக்கான எண்ணவோட்டத்திற்கு அவனால் வர இயலவில்லை. கைவிட்டுப் போன வாழ்க்கையை நினைத்து, கட்டுக்கடங்காத கவலையும், கண்ணீரும், வருத்தமும் நெஞ்சமெங்கும் எதிரொலித்தது. மனிதனாக இருந்தால் அழுது தீர்க்கலாம். ஆவியாக இருக்கும் "அவன்" என்ன செய்வான்? ஆசைப்பெருக்கில் அவள் கணுக்கால் திரட்சியின் வெண்மையை ரசித்துக்கொண்டே, மகன் பத்மனின் கன்னப்புற

பூனைமுடிகளைக் கண்டுகொண்டே, படுக்கையறையின் ஓரத்திலிருந்த நாற்காலியில் அமர்ந்து, துக்கம் மேலிடப் பொருமிக்கொண்டிருந்தான்.

சேவல் விசிலடிக்க, கதிரவன் லைட்டடிக்கப் பொழுது புலர்ந்தது. வழக்கம் போல் அப்பா முதல் ஆளாய் எழுந்திருந்தார். தலைமாட்டில் வைத்திருந்த கண்ணாடியை அணிந்து, உள்ளங்கையை உற்று நோக்கி அந்நாளைய வேலைகளைத் துவங்கினார். சிறிது நேரத்தில் அம்மாவும் எழுந்து சமையலறைக்குச் சென்றாள். ஆறரை மணி கடிகார அலார ஒலியில் மிருவும் எழுந்து சோம்பல் முறித்தாள். அவள் உடுத்தியிருந்த அரக்கு நிற நைட்டி அவனுக்கு புதியதாய் இருந்தது. அவனுக்கு அவளை அப்படியே சென்று கட்டியணைக்க வேண்டுமென்று இருந்தது. கணவன் மனைவியின், எவ்வளவு பெரிய குடும்பச் சண்டையையும், "காலைநேர கட்டியணைப்பு" தீர்த்து விடும் -என்பதில் அசைக்க முடியாத நம்பிக்கை உள்ளவன் அவன். அவர்களுக்குள் சண்டை ஏதும் இல்லாமல் இருந்தாலும், அவளோடு இருந்த நாட்களில் அவர்களுடைய "காலைநேர கட்டியணைப்பு" எந்நாளும் தவறாது. ஆனால் இன்று உணர்வோடு, உடம்பில்லாமல் வெதும்பிப் புழுங்குகிறான்.

வழக்கமான வீட்டு நிகழ்வுகள், அந்த வீட்டுக்குள்ளும் அடுத்தடுத்து அரங்கேற, நேரம் கடந்து போய் கொண்டிருந்தது. எல்லாவற்றையும் ஆர்வம் மேலிட கவனித்துக் கொண்டிருந்தான் அவன். அம்மா சமையலறை வேலைகளில் பரபரப்பாக இருந்தாள். அப்பா வேலைக்கு செல்ல தயாராகிக் கொண்டிருந்தார். மிரு குளித்து முடித்து, பத்மனை பள்ளிக்கு அனுப்ப தயார் செய்து கொண்டிருந்தாள். பத்மனின் ஆடை எடுக்கும் போது பிரோவுக்குள் கவனித்தான் அவன். அவன் உடைகள் ஏதும் இல்லை. அவன் விரும்பி படிக்கும் புத்தகங்களில் ஒட்டடை பிடித்திருந்தது. அலங்கார மேஜையில் அவன் பயன்படுத்தும் உருண்ட

சுருள்முடிச் சீப்பு இல்லை. சுருக்கமாகச் சொன்னால் அந்த வீட்டில் அவன் இருந்ததிற்கான அடையாளமே அழிக்கப்பட்டிருந்தது. யாரும், எதற்காகவும் அவனை நினைத்துப் பார்த்ததாகத் தெரியவில்லை. செத்த ஆட்களை எந்நேரமுமா? நினைத்துக் கொண்டிருப்பார்கள். ''இறந்தவர்கள் வரப்போவதில்லை'' என்ற நியதியை உணர்ந்தவர்கள், போனவர்களை நினைத்துப் பார்க்க வேண்டுமென்பது கட்டாயமா? என்ன? இருந்தாலும் நான் இவர்கள் மீது எத்தனை பாசம் வைத்திருந்தேன்.

மிரு மீது,

பத்மன் மீது,

அம்மா மீது,

அப்பா மீது....

எத்தனை பாசம் வைத்திருந்தேன். எப்போதும் வேண்டாம். ஒரு சில வினாடிகளாவது என்னை நினைக்கலாமே- என்பது மாதிரியான எண்ணவோட்டத்திலிருந்தான் அவன். ஆனால் அதற்குரிய எந்த அறிகுறியும் இல்லாமல் அவரவர், அவரவர் வேலையிலிருந்தனர். துக்கம் மேலிட, வருத்தமாக இருந்தது அவனுக்கு.

பத்மனை பள்ளிகூடத்தில் விட்டு விட்டு, அப்பா வேலைக்கு செல்வார் போலும். இருவரும் ஒன்றாக பைக்கில் கிளம்பினார்கள். அப்போதுதான் கவனித்தான், அவன் பைக்கில் முன்புறத்திலும், பின்புறத்திலும் எழுதியிருந்த ''INDIAN ARMY'' என்ற வாசகம் அழிக்கப்பட்டிருந்தது.

அவன் உயிரோடு இருந்த நாளில், கலவி முடிந்த ஒரு பொழுதில், படுக்கையில் மிருளாயினி உதிர்த்த வார்த்தைகள் அவன் நினைவுக்கு வந்தது.

''நீங்க இல்லன்னா... நான் செத்துருவேங்க''

ஏதோ ஒரு உணர்ச்சிப் பெருக்கில் அவள்தான் சொன்னாள்.

''நீங்க இல்லன்னா... நான் செத்துருவேங்க''

ஆனால் இப்போது அவள் முகத்தை மீண்டும் கவனித்தான். அம்மாவும் அவளும் உட்கார்ந்து ஏதோ ஒரு ''டிவி சீரியல்'' பார்த்துச் சிரித்துக் கொண்டிருந்தனர். பின்பு ஊர்க்கதைகளை பேசி, சமையலறைப் பணிகளை செய்துக் கொண்டிருந்தனர். அவன் மன உறுத்தலோடு, ஆவியாக அத்தனையும் கவனித்துக் கொண்டிருந்தான். இங்கு வந்திருக்கவே கூடாது என்ற மனநிலையோடு, வெறுமை, வெப்ராளம், இயலாமை கலந்த மனநிலையில் பொழுதைக் கழித்துக் கொண்டிருந்தான் அவன்.

சாயங்காலம் அப்பாவும், பத்மனும் வந்தார்கள். மிரு எல்லோருக்கும் காப்பி கொடுத்தாள்.

அம்மா பத்மனிடம் கொஞ்சினாள்.

''குட்டா... ஆச்சி.... உனக்கு என்ன செய்து வச்சிருக்கேன் சொல்லு''

பத்மன் ஆச்சர்யம் காட்டி, கண்களை உருட்டினான்.

''என்னது ஆச்சி... சொல்லு...சொல்லு... என்று துள்ளிக் குதித்தான்.

மிரு அவனைப் பார்த்து சிறிதாகப் புன்னகைக் காட்டினாள்.

''அம்மா... நீயாவது சொல்லுமா... என்னதுமா? என்றான் பத்மன்.

அம்மா சமையலறைக்கு சென்று ஒரு பாத்திரம் நிறைய ''பால் பணியாரம்'' எடுத்து வந்தாள்.

பால் பணியாரத்தைப் பார்த்து ஆர்வத்தில் துள்ளிக் குதித்தான் பத்மன். அவன் அம்மாவின் பணியாரச் சுவை தெரிந்ததால், ஆவியாக இருந்த அவனுக்கும் நாக்கில் எச்சில் ஊறுவதுபோலிருந்தது.

பத்மன் குஷியாக,

பண்ணியாரம்...!

பண்ணியாரம்...!

பண்ணியாரம்...!

பண்ணியாரம்...!- என்று ஆர்வதோடு சப்தமிட்டு, இரண்டு மூன்றை அள்ளி வாயினுள் திணித்தான்.

''லேய்.. மெதுவா தின்னுல... நாசில ஏறிராமே'' என்று பதட்டப்பட்டார் அப்பா. அவரும் ஒன்றை எடுத்து தின்ன எண்ணினார்.

பத்மன் தின்னுவதைப் பார்த்து,

''அவ அப்பனும் இப்படித்தானே... பால் பண்ணியாரம்னா செத்துருவான்னு''- சொல்லி, வார்த்தை கமறி, கண் கலங்கினாள் அம்மா.

அப்பா தின்ன வாய் வரைக்கும் கொண்டு போனதை கிழே வைத்து விட்டார்.

அம்மா சொன்னதை கேட்டு முகம் மாறிய மிருளாயினி, கண்கலங்கி சட்டென்று படுக்கையறைக்கு ஓடினாள். யாருக்கும் தெரியாமல், அவள் கைப்படத் தைத்த, அவன் அழுக்கு சட்டைகளால் செய்யப்பட்ட ''தலையணையில்'' முகம் புதைத்து, புழுங்கி அழுதாள்.

பத்மன் சாப்பிட்டது போக ''மீதிப் பணியாரங்கள்'' அப்படியே கிடந்தது.

ஆவியாகிய ''அவனுக்கு'' அங்கு நிற்கவே பிடிக்க வில்லை.

கொலுப்போட்டி

வெகுநாட்களுக்குப் பிறகு அன்று கொஞ்சம் திருப்தியாகக் குளித்தேன். பழையாற்றுத் தண்ணீரின் மேல்மட்டம் மூத்திரச் சூட்டிலும், கீழ் மட்டம் மார்கழி மாத குளிரிலும் இதமாகத்தானிருந்தது. வழக்கமாக நான் குளித்தாலும், எப்போதும் அது ஒரு அவசரக் குளியலாகவே இருக்கும். ஆனால் இன்று மிகவும் அனுபவித்துக் குளித்தேன். சிறு வயதில் இருந்தே எனக்குக் குளிப்பதென்றால் அலாதி பிரியம் தான். அதிலும் அம்மணமாக, ஆற்றில் குளிக்கச் சொன்னால் ஆயிரம் முறை வேண்டுமானாலும் குளிப்பேன். வெக்கக்கேடுதான்... என்ன செய்ய? ''ஆத்மார்த்த குளியலின் சுகம்'' அதை உணர்ந்தவர்களுக்கு மட்டுமே தெரியும். என் பள்ளி நாட்களில் காலையில் குளிக்க ெ11சன்று விட்டு, மாலையில் திரும்பிய நாட்களும் உண்டு. ''நீர்யானைக்கு பொறந்த பய???'' - என்று என் அப்பாவே என்னை திட்டி இருக்கிறார்கள்.

குளிரக் குளிரக் குளிக்கும் போது உடம்போடு மனமும் சுத்தமாகி தெளிவடைவதாய் எனக்குள் ஒரு எண்ணம். குளித்த சில

மணித்துளிகளுக்கு உடம்பு அனுபவிக்கும் அந்தக் "குளிர்ச்சியில்" ஒரு பேரானந்தம். குளிர்ச்சியின் வெறையலால் வரும் சிலிர்ப்பு, உடலுக்கு உற்சாகம். ஆடையில்லா உடம்பில் தண்ணீர் படும் சுகம், அந்த ஆர்பரிப்பு, எழுத்தினால் விவரிக்க இயலாது. உண்மையாய் உணர வேண்டுமெனில், கதையைப் படித்து முடித்து விட்டு ஆத்மார்த்தமாய் குளியுங்கள். அப்போது தெரியும். உன் பொழுது போக்கு என்ன? - என்றுக் கேட்ட ஆசிரியரிடம் "நல்ல குளிப்பேன் சார்".. என்று கூறிப் பெருமை பட்டுக் கொண்டவனாக்கும் நான்.

சரி... விசயத்துக்கு வருவோம்... இன்று இந்த இன்பக் குளியலுக்கு காரணம், என்னை எங்களூரில் உள்ள வீடுகளுக்குச் சென்று நவராத்திரி கொலுப் போட்டிக்கு மதிப்பெண் இடச் சொல்லி இருந்தார்கள். ஏதோ கவர்னர் பதவி கிடைத்த மாதிரி சந்தோசமெனக்கு. ஏனென்றால் இளம் வயதில் இப்பொறுப்பை எனக்கு எங்கள் ஊர் வழங்கியிருந்தது. வழக்கமாக பணி நிறைவு பெற்றவர்களே, இம்மாதிரியான "போட்டி நடுவர்" பணிக்கு நியமிக்கப்படுவார்கள். போன நவராத்திரிக்கி கூட ஓய்வு பெற்ற உடற்கல்வி ஆசிரியர் நல்லமுத்து வாத்தியாரும், அவருடன் உதவிக்கு ஒரு பையனும் வந்து எல்லோர் வீட்டையும் பார்வையிட்டு மதிப்பெண் இட்டார்கள். கீழத்தெரு ரமா அக்கா வீட்டிற்கு முதல் பரிசு கிடைத்தது. மதிப்பெண் இட்ட நல்ல முத்து வாத்தியார் அவர் மாமா என்ற குழப்பமும் ஏற்பட்டது.

"மத்தவரு வசமா.. மருமகளுக்கு ப்ரைச தட்டி விட்டிட்டேரு.." -என்று ஊர் முழுதும் சொல்லித்தீர்த்தாள் பரிசு கிடைக்காத பங்கஜ அக்கா.

அது வழக்கமாக உள்ளது தான். எங்கள் ஊர் விழாக்கள் அனைத்தும் தடபுடலாக ஆரம்பித்து, பின்பு சிறிது மனக் கசப்பில் தான் முடியும்.

இந்த வருடம் நல்லமுத்து ஆசிரியர் ஆரம்பத்திலேயே ''என்னால முடியாதுப்போ? கண்ணு பத்த மாட்டங்கதுல்லா?'' என்றுக் கூறி நைசாக நழுவி விட்டார். விழாக்குழுக்காரர்கள் பஞ்சாயத்து பிரசிடன்ட போய் சொல்லி இருப்பார்கள் போலும். கடைசியில் ஊர் பிரசிடென்ட் தான் என்னிடம் கேட்டார். நவராத்திரிக்கு ஒரு வாரம் முன்னால், நான் பள்ளியை விட்டு வரும் மாலையில் வலிய வந்து என்னிடம் பேச்சு கொடுத்தார் பிரசிடென்ட் காளியாம் பிள்ளை.

''என்னப்போ இன்னிக்கி ரெம்ப லேட் ஆயிட்டு...'' என்றார் என்னிடம்.

''ஒண்ணும் இல்ல னே... இப்பம் பரிச்சைலா...'' .இது நான்.

''நவ ராத்திரிக்கு எத்ர நாள் லீவுடே ?.''

'மூணு நாளுன்னு நெனைக்கேன். விழா ஏற்பாடெல்லாம் ஆயிட்டானே?'

''ஆயிட்டே....இருக்கு... நம்ம பயக்கள பத்தி தெரியும்லா உனக்கு... ஒருத்தன் வடக்க இழுத்தா... இன்னொருத்தன் தெக்க இழுப்பான். எல்லாரையும் நம்மதான் அணச்சு கொண்டு போக வேண்டியிருக்கு'' – சற்று சத்தமாக பெருமையடித்துக்கொண்டு, பின்பு சற்று ஆவேசமாகப் பேசினார்.

''பயக்கோ பாதிதான், சாமிக்காக விழா நடத்துகானுகோ? மீதி சண்டைகில்லா பிளான் போடுகானுகோ... போதும்பா... உங்க ஊருக்கு ஒளைச்சது? அடுத்து முறை வேண்டாம்பா... உங்க ஊர் பஞ்சாயத்து...''- பொரிந்து தள்ளினார். அவர் வாயிலிருந்து சில எச்சில் சிதறி என் முகத்தில் விழுந்தது. துடைத்து கொண்டேன். அவர் கூறியதற்கு ஆதரவாக சிரித்து கொண்டேன்.

'போன தடவ நடந்தது... உனக்கு தெரியும்லா... சாமியை தூக்கிட்டு சர்ச் முன்னாடி போய் ஆடிரிக்கானுவோ.... ஏய்.... நம்மளுக்கு நம்ம சாமி பெருசுன்னா, அவனுகளுக்கு அவனுவ சாமி பெருசுடே. ஒரே எடத்துல இருந்திட்டு மல்லு கட்ட முடியுமா?'

பிரசிடன்ட் பேச்சை நிறுத்துவதாகத் தெரிய வில்லை. தொடர்ந்து பேசினார்...

"அந்த காலத்துல ரூவா கொடுக்கான்னு இடத்தை வித்தானுகல்லா... அவனுகள சொல்லணும்... ஒரே ஊருக்குள்ள இப்ப மல்லு கட்ட வேண்டியிருக்கு... ஆரம்பதில்ல மூணு குடும்பம்... இப்பம் முப்பத்தியேழு வீடுல்லா இருக்கு...". சற்று மூச்சு வாங்கி கொண்டார்... பின்பு மெதுவாக "87 வோட்டு இருக்குடே." "போன தடவை விளையாட்டா ஆரம்பிச்சு... பொறவு கத்தி குத்துலேலா முடிஞ்சது... இந்த தடவை என்னெல்லாம் திருக்கூத்தோ?" பேசி முடித்து பெருமூச்சு வாங்கினார் பிரசிடெண்ட்.

பதிலேதும் கூற முடியாமல் நெளிந்தேன் நான்.

'இந்த தடவை ஒண்ணும் நடக்காதுனே... கடவுள் மேல பாரத்தை போட்டு ஆரம்பிக்க வேண்டியது தான். எல்லாம் நல்ல படியா நடக்கும்' – எனக் கூறி நழுவும் நோக்கத்தோடு கையைத் திருப்பி மணியைப் பார்த்தேன்.

என் அவசரத்தைப் புரிந்து கொண்டவராய் பதில் சொன்னார் பிரசிடென்ட்.

"அப்படிதான் செய்ய வேண்டியிருக்கு... சரி... இந்த தடவை கொலு போட்டிக்கி மார்க் நீ போடுன்னா..."

'அண்ணே... நானா? வேண்டாம்னே... நல்ல முத்து சார்

இருகாருல்லா?'- சற்று ஆச்சரியம் காட்டினேன். பிரசிடென்ட் விடுவதாக இல்லை.

'அவரு பயப்பிடுகார் டே... போன தடவையே படாதபாடு படுத்திட்டார்...'

''நான் எப்டினே... வேற ஆள் இல்லையா? - சங்கோஜமாய் நெளிந்தேன்.

''இருந்தா... யாண்டே உண்ட சொல்லுகேன்... இப்படி எல்லாரும் ஒதுங்கினா என்னடே செய்ய முடியும்?. விண்ணானம் வைக்காம பேசாம போய் மார்க்க போடு டே. இந்த தடவை ரெண்டாயிரம் ரூபாயாக்கும் ப்ரைஸ். மார்க் ஒழுங்கா போடு பாத்துக்கோ.'' – உரிமையில் பேசுவதாய் நினைத்துக் கட்டளையிட்டார் பிரசிடென்ட்.

சற்றுத் தயங்கி, வேறு வழியில்லாமல், பின் தலையசைத்து விட்டேன். அதன் பொருட்டு இப்பொழுது தயாராகிக் கொண்டிருக்கிறேன்....

எங்கள் ஊர் எனக்கு இப்பணியை வழங்கியதற்கு என் ஆசிரியப்பணி கூடக் காரணமாக இருக்கலாம். எது எப்படியோ அவர்களின் வேண்டுதலுக்கு சரி என்று நானும் தலையசைத்தாகி விட்டது. இனி மாட்டேன் என்றால் வழக்கமாக முடிவில் வரும் மனக்கசப்பு விழாவின் ஆரம்பத்திலே வந்து விடும். எங்கள் ஊரில் நவராத்திரி விழா அவ்வளவு சிறப்பாக் கொண்டாடப் படும். எல்லோர் வீட்டிலும் கொலு வைப்பார்கள். கொலு வைப்பதற்கென்றே வடிவமைக்கப்பட்ட மரச்சட்டத்தில், அடுக்கடுக்காய், வகை வகையாய், ஒன்பது படிகளில் அமைக்கப்பட்டக் கொலுவைப் பார்ப்பதற்குக் கோடிக் கண்கள் வேண்டும். பார்ப்பதற்கு அவ்வளவு அழகாக இருக்கும். வண்ணங்களும், அதனைச் சார்ந்த எண்ணங்களும் எப்போதுமே அழகுதான். அதில்லாமல் இந்த முறை

பொம்மைகளை விற்பவன் ஏகப்பட்டப் புது பொம்மைகளைக் கொண்டு வந்திருந்தான். பல வீடுகளில் புது பொம்மைகளை வாங்கி வெகுச் சிறப்பாகக் கொலு வைத்திருந்தனர். ''இந்த முறை பரிசு வழங்குவது கொஞ்சம் கஷ்டம் தான்'' – என்று எண்ணிக்கொண்டே குளித்து கரையேறி வீட்டை நோக்கி நடந்து கொண்டிருந்தேன். குளித்து விட்டு வரும் போதே, ஒருநாளும் இல்லாத திருநாளாக அய்யர் வீட்டு மாமி என்னைப் பார்த்து சிரித்தாகி விட்டது. ஒரு வேளை அவர்கள் வைத்திருக்கும் கொலுவிற்கு நான்தான் மதிப்பெண் இடப் போகிறேன் என்று அவர்களுக்குத் தெரிந்திருக்கும் போலுமென நினைத்துக் கொண்டேன். தெருவில் ரெம்பக் கெமையாக நடந்து வந்துக் கொண்டிருந்தேன்.

வரும் வழியில் யாருடைய வீட்டிலிருந்தோ, வெளியில் தூக்கி எறியப்பட்ட உடைந்த பொம்மைகளை, என்னிடம் பயிலும் ராஜனின் தம்பி ஜோசப் பொறுக்கிக் கொண்டிருந்தான். ஏற்கனவே நிறைய இடங்களில் எடுத்திருப்பான் போலும். ஒரு கவர் நிறைய விளையாடுவதற்கு உடைந்த பொம்மைகளை வைத்திருந்தான். அவன் உடல், கை கால்களில் எல்லாம் அழுக்குப் படிந்திருந்தது. ராஜன் நன்றாக படிக்கும் சுட்டிக்குழந்தை. ஜோசப்பிற்கும் ராஜனுக்கும் ஒரே முக சாயல். எங்களூரின் ஐந்தாறு கிறஸ்தவக் குழந்தைகள் என்னிடம் தான் படிக்கின்றனர்.

''டேய்... இதெல்லாம் எதற்கடா...'' என்று ஜோசப்பிடம் கேட்க, என்னை பார்த்ததும் கொஞ்சம் பயந்து பின் சிரித்து விட்டு ஓடி விட்டான்.

வீட்டுக்குச் சென்று 250 கி பவுடர் போட்டு, எட்டு முதல் ஒம்பது முறை தலை சீவி, சந்தனமிட்டு சொப்பனச் சுந்தரனாக மதிப்பெண் இட கிளம்பிக் கொண்டிருந்தேன். இதற்கிடையில் என் அம்மாவின் மூலம் ஐந்தாறு சிபாரிசுகளும் வந்திருந்தன. எனக்கே என்னை நினைத்து சிரிப்பாகவும், பெருமையாகவும் இருந்தது.

ஒவ்வொரு வீடாக சென்று மதிப்பெண் இட்டுக் கொண்டிருந்தேன். ஒரு சில இடங்களில் லஞ்சக் காப்பிகளும் கிடைத்தன. என் பால்ய காதலிகளின் வீட்டிலெல்லாம் கெமையாக ஏறி இறங்கினேன். என்னை ஒருமுறைகூட திரும்பிப் பார்க்காத 'ஒருதலைகாதலிகள்' கூட இப்பணியின் பொருட்டு என்னிடம் வழிவதாய் தோன்றியது. என்னிடம் மதிப்பெண் வாங்குவதற்காக பெரிய, பெரிய தெய்வங்களெல்லாம் வரிசையாய் நிற்பதாகத் தோன்றியது. பெரிய வீட்டு தாத்தாவிற்கு அல்லது ராஜா அண்ணன் வீட்டுக்கு முதல் பரிசு கொடுக்கலாம் எனத் தோன்றியது. இருவர் வீட்டிலும் நிறைய புதுப் பொம்மைகள் வைத்திருந்தனர். எனவே அவர்கள் இருவரில் ஒருவருக்கு பரிசு கொடுப்பதென முடிவு செய்தேன். நான் ஒருதலையாய் காதலித்த காதலின் மீதிகள், அவர்கள் இருவர் வீட்டிலும் இருந்தது. இருவர் பெயரையும் சிபாரிசு செய்யலாம். முடிவை விழாக்குழு எடுக்கட்டும். என்ற எண்ணத்தில் நடக்க எத்தனித்த போதுதான், பின்னால் அந்த சப்தம் கேட்டது.

'சார்...'

ஜோசப் நின்றுக் கொண்டிருந்தான். உடம்பெங்கும் ஆசிரியரிடம் பேசுவதால் ஏற்படும் பணிவின் குழைவு.

'என்னடா ஜோசப்... என்ன விஷயம்??'

''நீங்கதான் எல்லார் வீட்டிலையும் மார்க் போடுவீங்களா சார்...?

''ஆமா டா... ஏன்... என்ன விஷயம்...?''

''சார்... எங்க வீட்டிலையும் கொலு வச்சிருக்கோம் மார்க் போட வாங்க... சார்....''

சட்டென்று சிரித்து விட்டேன்.

ஜோசப்பும் சிரித்தான். முன்பை விட நன்றாக அழுக்காகியிருந்தான். தலையின் சில இடங்களில் மண் ஒட்டிக் கொண்டிருந்தது. எங்கோ போய் விளையாடி, உருண்டிருக்கிறான்.

''வாங்க சார்.... எங்க வீட்டுக்கும்...'' கெஞ்சினான்.

''டேய்... சும்மா இருடா...'' சமாளிக்கப் பார்த்தேன்.

ஆனால் அவனோ பட்டென்று என் கை பிடித்து, அவன் வீட்டருகே அழைத்துச் சென்றான்.

நிலைமை விபரீதம் ஆவதை உணர்ந்த நான், அவன் கை விடுத்து தயங்கி நின்றேன்.

கொஞ்சம் கோபம் வந்தது.

ஜோசப் அழும் குரலில் ''சார்...வாங்க சார்...ப்ளீஸ்...மார்க் போடுங்க...'' என்றான்.

என்னால் மதச்சண்டை ஏதும் நிகழ்ந்து விடக் கூடாதென மனதுக்குள் பதை பதைத்தேன். போன நவராத்திரிக்கு நடந்த கத்திகுத்து சண்டையின் நினைவுகள் பின் மண்டையில் வட்ட மிட்டன.

ஜோசப்போ வலுக்கட்டாயமாக அழைத்துக் கொண்டே இருந்தான்.

அவனைப் பார்க்கப் பாவமாக இருந்தது.

சுற்றும், முற்றும் திரும்பி, யாராவது கவனிக்கிறார்களா? என்று பார்த்து கொண்டே அவனுடன் நடக்க ஆரம்பித்தேன். ஜோசப், அவன் வீட்டின் பின்புறத்தில் இருந்த சிறுக்கொட்டகைக்கு அழைத்துச் சென்றான். அங்கு ''கலர் பேப்பர்'', ''தென்னம் ஓலை'', ''சுக்குநாரி கம்புகளை'' வைத்து ஒரு ''சிறு குடில்'' இருந்தது. குடிலை, உடைந்த பொம்மைகளைக் கொண்டும்,

அவர்கள் வீட்டில் இருந்தவற்றைக் கொண்டும் மிக நேர்த்தியாக, அவர்களின் கிறிஸ்தவ முறையில் உருவாக்கி இருந்தான் அந்தப் பொடியன்.

அதில் என் மனதை தொட்ட விஷயம் என்னவென்றால், ''மாடு'', ''மேரிமாதா'', வைக்கோல் மெத்தையின் மீது குழந்தையாகப் படுத்திருந்தது இயேசு கிறிஸ்து அல்ல. நம்ம கிருஷ்ணர். இயேசு கிறிஸ்து பக்கத்தில் கோபியர்களுடன் விளையாடிக் கொண்டிருந்தார். மற்றொரு இயேசு பானை பானையாக ஏறி வெண்ணைத் திருடிக் கொண்டிருந்தார். உடைந்த பொம்மைகளைக் கொண்டும், அவன் வீட்டில் இருந்ததைக் கொண்டும் மிக நேர்த்தியாக கொலு அமைத்திருந்தான்... இல்லை... இல்லை... குடில் அமைத்திருந்தான் ஜோசப். உண்மையிலேயே அசந்து விட்டேன்.

எனக்கென்னவோ இதுவரை நான் பார்த்த கொலுவிலேயே இது தான் மிகவும் நன்றாக இருப்பதாகத் தோன்றியது. இந்தியாவும், இங்கிலாந்தும் கைக்கொடுப்பது போலவும் இருந்தது. இந்தக் கொலுவிற்குதான் முதல்பரிசு கொடுக்க வேண்டுமென்று கூறினால், எங்கள் ஊர் மக்களும், விழாக்குழுவும் ஒத்துக் கொள்வார்களா? என்ற யோசையுடனே அங்கிருந்து நகர ஆரம்பித்தேன்.

ஜோசப் என்னைப் பார்த்து சிரித்துக்கொண்டே, எனக்கு எத்தனை மார்க்கு சார்? என்றான். அவன் வலக்கையைப் பிடித்து பிரித்து, நூற்றுக்கு நூறென எழுதி வட்டமடித்துவிட்டு நகர்கையில் இயேசு கிறிஸ்துவும், கிருஷ்ணரும் என்னைப் பார்த்துச் சிரித்தனர்.

சுமை

இப்படி ஒரு இக்கட்டான நிலையை சாமு வாழ்நாளில் எதிர்கொண்டதில்லை. உடம்பெங்கும் கசக்கிப் பிழிகின்ற காயத்தின் வலிகள். வலி நிவாரணி ஊசி போட்ட இரண்டு மூன்று மணிநேரத்திற்கு உணர்வில்லாமலிருக்கும். நேரம் செல்லச் செல்ல சிறுமூளையை துரத்திப் பிடிக்கும் வலியென்ற கருநாகத்தின் நாவுகள். அள்ள அள்ளக் குறையாத மகிழ்ச்சியோடு எதிர்கொண்ட வாழ்க்கையை, பற்றியெரியும் சோகத்தோடுக் கடந்திட யாருக்குத்தான் பிடிக்கும். நடந்த விபத்தில் உண்டான நெற்றிக்காயம் இரண்டு கண்களின் பார்வையையும் பாதித்திருக்க வேண்டும். காணுகின்ற காட்சிகள் எல்லாம், மேகத்தில் கரைந்த உருவங்களாய் 'புகை மூட்டமாய்' இருந்தது.

'கண்ணுக்கு மருந்து ஊத்துக்கோம்லாம்மா...நாலு நாளுல சரியாகிடும்னு' - நர்ஸு சொன்ன வார்த்தை, தெய்வ அசிரிரீயாய் காதுகளை நனைத்து நெஞ்சுக்குள் இனித்தது.

விழுந்த வேகத்தில் இடது பிஷ்டத்தில் பட்ட அடியின் வலி மட்டும் 'விடுவேனா' என்பது போல், முதுகு தண்டு வரை எந்நேரமும் தொடர்ந்தது. காரின் பின் இருக்கையில் இருந்தபடி கண்ட விபத்தின் 'கொடூரக்காட்சி' திரும்ப திரும்ப அடிமனத்திற்குள் தோன்றி மறைந்தது. கட்டிய கணவனும், பெற்ற மகளும் உடல் நசுங்கி இறந்த காட்சியின் 'வலி' மனப்பரப்பை விட்டு போக மறுத்தது. கொடூரம்..!அப்பப்பா... கொடுமையின் உச்சம்... ரெத்த வெள்ளத்தில் இடுப்பு துண்டித்த நிலையில் கடைசியாக அவள் கணவன் அவளை பார்த்த பார்வை, உடல் நசுங்கி, காதுகளில் மூக்கினில் ரத்தம் வடிய தன்னை நோக்கி விரல் நீட்டிய மகளின் காட்சிகள் மாறி, மாறி அவள் மனமெங்கும் வியாபித்திருந்தது. வெடித்து அழுதால் சோகம் தீர்ந்து விடுமென்கிறார்கள். அழுதவுடன் தீர்கின்ற துயரமா அது. இருந்தும் அழுதழுது, கண்ணீர் வழி துயரம் கரைக்க முயன்று கொண்டிருந்தாள் சாமு. துடித்து வெடித்து அழுது கண்ணீர் வற்றி, வெதும்பி உறங்குகிறாளா அல்லது களைத்து மயங்குகிறாளா என்பது சாமுவுக்கே குழப்பமாக இருந்தது. சோகத்தின் மூர்க்கத்தில் நினைவறியாது உறங்கவோ, மயங்கவோ செய்து விடுகிறாள் சாமு.

சாமுண்டீஸ்வரி

சாமுண்டீஸ்வரி

சாமுண்டீஸ்வரி - என்று மருத்துவரோ, நர்ஸோ, கூப்பிடும்போது மீண்டும் தூக்கம் கலைந்து நினைவு திரும்பும். சுயநினைவு திரும்பிய அடுத்த கணத்தில் மீண்டும் உடம்பெங்கும் வலியின் துயரம். மருந்தின் துணையில், அதை நிறுத்தும் வேளையில் உற்றவர்களை இழந்த ஆழ்மனதின் துயரம் பாடாய் படுத்தும்.

மனித வாழ்வில் சாவை நினைத்த பயம் எல்லோருக்கும் உண்டு. அந்த

சாவு தண்ணீரில் கரையும் உப்பென, பட்டென்று நிகழ்ந்தால் வரமாகும். அது விடுத்து சாவின் விளிம்பில் நின்று கொண்டு, மருத்துவர் கரம் பற்றி வாழ்வை நோக்கி திரும்பும் கணங்கள் மிக மிக வேதனையானது. உற்றவர்களை இழந்த துயரமும், சிகிட்சையோடு கழியும் 'மருத்துவமனையின் நாட்களும்' மரணத்தை விட கொடியதாக இருந்தது சாமுவுக்கு.

ஐ சி யூ விலிருந்து எட்டு நாட்களுக்குப் பிறகுதான் உள்நோயாளிகள் வார்டுக்கு மாற்றப்பட்டிருந்தாள் சாமு. நாற்பத்தெட்டு வயது முதிர்பெண் இப்போது இரண்டு வயது குழந்தையை போல் மருத்துவமனை வராந்தாவில் நடைபயிலுகிறாள். உற்றவர்கள் யாருமில்லையே என்ற ஆதங்கம் அவ்வப்போது பொங்கி வந்தாலும், பிழைத்த வாழ்வை, வாழும் ஆசை எந்த உயிருக்குத்தான் இல்லை. தாங்கமுடியா துயரமானது, கடந்துபோன சோகங்களாக நெஞ்சுக்குள் புதைய, தன் முன் விரிந்திருக்கும் வாழ்க்கையை வாழ முடிவெடுத்தாள் சாமு. ஆருயிர் கணவன் சாரங்கபாணி அவளுடனேயே இருப்பதாகத் தோன்றியது. சில இரவுகளில் அவர் குரலும் அப்பட்டமாக காதுகளுக்குள் ஒலித்தது.

அவ்வளவு பெரிய பின்புலம் இல்லாத குடும்பத்தினர் இருவரும். இந்தியன் வங்கியில் ஒன்றாக வேலைபார்க்கும் போது, காதலாகி அது கல்யாணத்தில் முடிந்தது. வீட்டிற்கு ஒற்றை பிள்ளையான இருவருக்கும் கல்யாணத்தின் போது உடனிருந்தது சுற்றம் சூழ் நண்பர்கள் மட்டுமே. சாமுவிற்கு அப்பா இல்லை. சாரங்கபாணிக்கு அம்மா இல்லை. சேர்த்து வைத்த அன்புப் பாளங்களை தங்களுக்குள்ளேயே பரிமாறிக் கொண்டனர் ஜோடிகள் இருவரும். ஒற்றை மகளாய் பவித்ரா பிறந்த போது, அவர்கள் அடைந்த ஆனந்தத்திற்கு அளவே இல்லை. சிப்பிக்குள் அடைபட்ட முத்தாய், பெற்ற மகளை அன்பால் அடைகாத்து வளர்த்தனர்.

இருபத்திநான்கு வருட குடும்ப வாழ்க்கையில் அவர்கள் அனுபவித்ததெல்லாம் ஆனந்தம், மகிழ்ச்சி, சந்தோசம் இவை மட்டுமே. சுற்றும் நாற்காலியாய் நாட்கள் நகர்ந்து, வருடங்களை உருட்டி தள்ள, பார்த்தவுடன் பற்றிக்கொள்ளும் பேரழகோடு, பதினெட்டு வயது பருவமங்கையானாள் பவித்ரா. சாரங்கபாணி தோற்றத்தில் அண்ணனாக இருந்து, மாமாவாகி, தாத்தா என்ற முதிர்பதத்திற்குள் தாவியிருந்தார். நிறைவான வாழ்க்கை வாழ்ந்ததாலோ என்னவோ சாமு மட்டும் மாறாத இளைமையோடு இருந்தாள். சாமுவையும், பவித்ராவையும் வெளியே பார்ப்பவர்கள் அம்மா, மகளென்று சொல்வதில்லை. உடை, உருவமைப்பு, பேச்சு முதற்கொண்டு எல்லாவுமே அவர்களை அக்கா தங்கையாகவே காட்டியது.

சொந்த பந்தங்களுக்காக ஏங்கிய நிலையில் மகளையாவது பெருங் கூட்டுக்குடும்பத்தில் கட்டிக்கொடுக்க வேண்டுமென்று முடிவு செய்திருந்தனர் பெற்றோர்கள் இருவரும். அதற்கு எதிரியாய் பவித்ராவின் வாழ்க்கையில் வந்தான் மோகன். அசப்பில் நடிகர் மோகனைப்போலவே இருக்கும் அவனுக்கும், பவித்ராவிற்கும் காதல் பூத்தது கல்லூரியில். அழகான, அன்பான இருபத்தெட்டு வயது வாலிபன். பன்னாட்டு நிறுவனத்தில் சிவில் எஞ்சினீராக நிறைவான வேலை. ஆசை மகளின் உண்மையான காதலுக்கு பெற்றோர்கள் எதிர்ப்பேதும் சொல்ல வில்லை. ஆனால் மோகனும் அம்மா, அப்பா இல்லாத அனாதை என்ற போது, அவர்களுக்குள் ஒரு உறுத்தல். மீண்டுமொரு ஏமாற்றம். இருந்தும் மகளின் ஆசையை பூர்த்தி செய்து மோகனை தங்கள் மகனாகவே ஏற்றுக் கொண்டனர். நண்பர்கள் புடைசூழ திருமணத்தை நடத்திக் கொடுத்தனர்.

வாழ்வு இத்தனை இனிமையானதா என வாழ்ந்து களித்தனர் நால்வரும். எல்லோரும் வேலைக்கு செல்வதால், வாரவிடுமுறை

நாட்களையெல்லாம் அணுஅணுவாக ரசித்து கழித்தனர். மோகன், பவித்ராவின் பெற்றோரை அம்மா, அப்பாவெனவே அழைத்தான். பாவம் அனாதையல்லவா. அவர்களின் உண்மையான அன்பு அவனை பல நேரங்களில் உணர்ச்சிவசப்படச் செய்தது. உன்னை விட உன் பெற்றோரே எனக்கு முக்கியமென பவித்ராவிடமே கூறினான். அவளும் மனதிற்குள் மகிழ்ந்து 'அப்ப.. நான் உனக்கு முக்கியமில்லையாவென' செல்ல கோபம் காட்டினாள்.

ஒருநாள் காலையில் சாரங்கபாணி மோகனை அழைத்து ஒரு பார்சலை கொடுத்தார்.

'இது என்னதுப்பா...' - ஆச்சர்யத்தோடு மோகன் கேட்டார்.

'பிரிச்சு பாருப்பா' - என்றார்.

அவன் ஆர்வத்தோடு பிரிக்கும் அந்த நிமிடத்தில் சாமுவும், பவித்ராவும் உடன் சேர்ந்து கொண்டனர். இருவர் முகத்திலும் மந்தகாசப் புன்னகையும், பெருமிதமும்.

பார்சலுக்குள் புதிதாக பதிந்த பத்திரக் கட்டு ஒன்றிருந்தது.

வாழ்நாளின் மொத்த சம்பாத்தியத்தில் கட்டிய வீட்டை மோகன் பேருக்கு எழுதி வைத்திருந்தனர் சாமுவும், சாரங்கபாணியும்.

உணர்ச்சி உச்சத்தில் ஏறத்தாழ அழும் நிலையிலிருந்தான் மோகன்.

'அப்பா... உங்க சுவீகார புத்திரன் இப்ப அழப்போறாங்க... அழுதாச்சு... அன்னா... கண்ணீர் வந்தாச்சு...' என சிரித்துக் கொண்டே கிண்டல் செய்தாள் பவித்ரா.

உணர்ச்சி போராட்டத்தின் உச்சத்திலிருந்த மோகன், சட்டென்று

சாரங்கபாணியின் தோளில் சாய்ந்து கட்டிப்பிடித்து விசும்பினான்.

'இதுல்லாம் எதுக்குப்பா' - என விம்மினான்.

சாமுவும் சாரங்கபாணியும் மோகனை சமாதானப் படுத்த, பவித்ரா அவன் மேல் சாய்ந்து கொண்டு

'இது பொய் அழுகை தானேவென' கிண்டலடித்தாள்.

'இனி எங்களுக்கு எல்லாமே நீதானப்பா..' என சாமு சமாதானம் சொன்னாள். ஆழ்மனதின் ஆழத்திலிருந்து மோகன் சொன்னான்.

'நான் ரெம்ப லக்கிப்பா. என்னை பெத்தவங்க கூட ஏன் மேல இவ்வளவு அன்பா இருந்திருப்பாங்களான்னு சந்தேகம்' - என்று உணர்வு மிகுந்து பேசினான் மோகன்.

சந்தோச உணர்ச்சி பிரவாகங்களில் நான்கு மனதுகளும் ஒன்றோடொன்று மோதி அன்பை தங்களுக்குள் வாரியிறைத்துக் கொண்டன.

அப்படியொரு சிறப்பான வாழ்வில் இப்படி ஒரு பேராபத்து வருமென யாருமே எதிர்பார்க்க வில்லை. அந்த சனிக்கிழமை மட்டும் விடியாமல் இருந்திருந்தால். அப்பாவும் மகளும் வற்புறுத்தி அந்த சினிமாவிற்கு தன்னை அழைக்காமல் இருந்திருந்தால், நான்தான் கார் ஓட்டுவேனென பவித்ரா சொல்லாமல் இருந்திருந்தால், வேலை இருப்பதால் வர முடியவில்லையென மோகன் சொல்லாமல் இருந்திருந்தால், எதிரே அந்த டிம்பர் லாரி வராமல் இருந்திருந்தால், சட்டென்று உள்புகுந்த நாயை பவித்ரா கவனிக்காமல் இருந்திருந்தால், அந்த விபத்து நிகழ்ந்திருக்காது. ஆமாம். இதில் ஏதேனும் ஒன்று நிகழ்ந்திருந்தாலும் அந்த கொடூர விபத்து நிகழ்ந்திருக்காது. நம் இஷ்டத்திற்கு தகுந்தவாறு கணக்கை நாமிட்டுக்

கொள்ளலாம். ஆனால் இறைவன் அதற்கு ஒத்துக் கொள்ள வேண்டுமே. கோர விபத்தில் செத்து பிழைக்கும் கணக்கை சாமுவிற்கும், அற்பாயுளில் சாகும் கணக்கை பவித்ராவிற்கும், சாரங்கபாணிக்கும் விதித்திருந்தான் இறைவன்.

பத்து நாட்கள் தாடியோடு படிக்கட்டில் ஏறி வந்து கொண்டிருந்தான் மோகன். அள்ளி சாப்பிட நினைத்த சந்தோச சாப்பாடு, சாப்பிடும் போதே கைநழுவி சிந்தியது போலிருந்தது அவன் மனநிலை. யாருமில்லாத தனக்கு பவித்ராவே எல்லாவுமென நினைத்தான். காதலும் காமமும் எல்லாரும்தான் செய்கிறார்கள். ஆனால் 'யாருமே இல்லாத ஒருவருடைய தனிமையை போக்கவரும் மற்றோருவர் கடவுளுக்கு நிகரானவர்'. மோகனின் வாழ்வில் கடவுளாக வந்தவள் பவித்ரா. அவனுக்கென தன் குடும்பத்தை ஈந்த கடவுள். காதலியாய், மனைவியாய், தோழியாய் எல்லாவுமாய் இருந்த கடவுள் பவித்ரா. இனி எல்லாம் சுகமே - என்றிருந்த வாழ்க்கை இன்று கருங்கல் பட்ட கண்ணாடிக் குடுவையாய் சிதறிக் கிடக்கிறது. மூவருக்கும் நடந்த விபத்தை அறிந்து துடிதுடித்து போனான். உயிரற்று கிடந்த மனைவி, மாமனாரின் உடல்களை அடக்கம் செய்த தினங்கள், மூன்று நாட்களுக்கு பிறகு குற்றுயிராய் கிடந்த அத்தையிடம் அதை தெரிவித்த பொழுதுகள் - என கடந்து போக முடியா பொழுதுகளை கடந்து நிற்கிறான் மோகன். இந்த வாழ்விருக்கிறதே ஏதோ ஒரு பொழுதில் எல்லாவற்றையும் நகர்த்தி, கடத்தி விடுகிறது. வாழ்க்கையின் சக்தி அதுவே. 'வாழ முடிந்த வரை வாழ்ந்து விடு' என்பதே ஒரு உயிரின் பெருந்தேவையாக இருக்கிறது. மொத்த கவலையையும் கடந்து வாழத் தொடங்கியிருந்தான் மோகன்.

மருத்துவமனை அறைக்குள் ஏ சி ஓடும் சப்தம் மெதுவாக கேட்டுக்கொண்டிருந்தது. ஏதோ ஒரு மருந்தின் நெடி காற்றை

ஆக்கிரமித்திருந்தது. கையிலிருந்த பழக்கூடையை ஆஸ்பத்திரி கப்போர்டில் வைத்துக் கொண்டே பேச ஆரம்பித்தான் மோகன்.

'இப்ப எப்படி இருக்கும்மா'

'பரவாயில்லப்பா...' - சொல்லும் போதே சாமுவிற்கு அழுகை வந்தது. மோகனும் உணர்ச்சியை அடக்கி ஆதங்கப்பட்டான்.

'அம்மா.. இதுக்குதான் நான் உங்க பார்வையிலே படாம இருக்கேன். நடந்தது நடந்து போச்சு... உங்களுக்கு நான் இருக்கேன்.. கவலை பாடாதீங்கம்மா...' - என்றான்.

சாமு அழுகையை அடக்கி கொண்டாள்.

'பிளீஸ் மா... நீங்க இப்ப ரெம்ப ஸ்ட்ரைன் பண்ண கூடாது... டாக்டர் ரெம்ப ஸ்ட்ரிக்டா சொல்லியிருக்காங்க.. பிளீஸ்...'

சாமு ஒரு பெருமூச்சு விட்டு, மொத்த அழுகையையும் நிறுத்த முயற்சித்தாள்.

'இப்ப வலி எப்படி இருக்கு?'

'பரவாயில்லை... மெடிசின்லாம் சாப்பிட்டிட்டு நாக்குதான் கசப்பவே இருக்கு...'- தொண்டை கமர பேசினாள்.

'இன்னையிலிருந்து ஜூஸ் குடிக்கலாம்னு சொல்லியிருக்காங்க... அதான் வாங்கிட்டு வந்திருக்கேன். இன்னும் ஒருவாரம் கழிச்சுதான் டிஸ்சார்ஜ் பண்ணுவாங்களாம்.. உங்கள பக்கத்துல இருந்து பாக்கிறதுக்கு எங்க ஆபீஸ் பியூனோட வொய்ப்ட சொல்லியிருக்கேன்... அவங்க பேரு மேரி... இன்னைக்கு வந்திருவாங்க... நான் நாளையிலிருந்து வேலைக்கு போகலாம்னு முடிவு பண்ணியிருக்கேன்... எதுக்கும் கவலை

படாதீங்கம்மா.. உங்களுக்கு நான் இருக்கேன்...' - உறுதிபடப் பேசினான் மோகன்.

மோகனின் நம்பிக்கை வார்த்தைகள், மீதியிருக்கும் வாழ்நாளின் மீது ஒரு நம்பிக்கையை ஏற்படுத்த சாமுவின் கண்களுக்குள் ஒரு புத்துயிர்ப்பு பிறந்தது.

காலம் எல்லா காயங்களுக்கும் ஏதாவது ஒரு மருந்திட்டு குணப்படுத்தி விடுகிறது. மோகன் அடுத்து வந்த மூன்று மாதத்தில் ஓரளவிற்கு சகஜமாயிருந்தான். தன் வேலையின் பளுவில் முற்றிலும் மூழ்கியிருக்க, கூடவே அத்தையாகிய அம்மா சாமுவையும், வேலைக்காரி மேரியின் துணையோடு நன்றாக கவனித்துக் கொண்டான். சாமுவும் மனதை தேற்றிக் கொண்டிருந்தாள். உடம்பு சரியாகிய நிலையில் மீண்டும் வேலைக்குச் செல்ல ஆரம்பித்திருந்தாள் சாமு. சேர்ந்த மறுமாதத்தில் அவள் பலவருடங்களாய் எதிர்பார்த்த பணி உயர்வு பம்பாய் கிளையில் கிடைத்தது. உடல் நலத்தையும் மனநிலையையும் கருத்தில் கொண்டு வேண்டாமென மறுத்து விட்டாள் சாமு. பெரிதாக மகிழ்ந்து கொண்டாடாவிட்டாலும், வாழ்க்கை இருவருக்கும் மீண்டும் வசப்பட ஆரம்பித்திருந்தது.

இதற்கெல்லாம் மாறாக அவர்கள் எதிர்பாராத வேறொரு பேச்சு ஊருக்குள் உலவ ஆரம்பித்தது. அத்தையும் மருமகனும் ஒரே வீட்டில் இருப்பதை வைத்து, சமூக சீர்கெட்ட சிந்தனையாளர்கள் தங்கள் கதைகளை எழுத ஆரம்பித்தனர். எலும்பில்லாத நாக்கினை கொண்டு, வரம்பில்லா வார்த்தைகளைத் தரம் கெட்டுப் பேசத் தொடங்கினர்.

'ஐம்பது வயசிலையும் ஆளு எப்படி இருக்கா... அதான் பையன் மடிஞ்சிட்டான்'

தெரிசை சிவா

'அதெல்லாம் ஒரு கொடுப்பினை வேணும்டே... கோழியையும் தின்னு... அதுக்கு குஞ்சையும் திங்கத்துக்கு...'

'என்னதான் தாயா.. பிள்ளையா... பழகினாலும், உடம்புக்கு அதெல்லாம் தெரியுமா?..'

'மேரிட்ட கேட்டா தெரியும்... ரெண்டு பேரும் அடிக்கக் கூடிய கூத்து...'

'முன்னாடியே இருந்திருக்கும்... இப்ப வெக்காலிகளுக்கு ரெம்ப வசதியா போச்சு...'

அமிலம் தோய்த்த வார்த்தைகளை ஊரார்கள் அள்ளி வீசினர். சில வார்த்தைகளை நேரடியாக பேசிவிட்டு, இன்ன பலவற்றை, பார்க்கும் கண்களின் கற்பனைக்கு விட்டு விடுவதை ஊராருக்குச் சொல்லியா கொடுக்க வேண்டும். களங்கமில்லா அன்பர்களுக்கிடையே காமம் இருப்பதாகப் பேசிக் கொண்டனர். கட்டிப் பிடித்ததாய் பேசிக் கொண்டனர். கட்டிலில் கிடந்ததாய் பேசிக் கொண்டனர். அவர்கள் ஒன்றாக கடந்து செல்லும்போது, தங்களுக்குள் கண்ணடித்து சிரித்துக் கொண்டனர்.

ஊராரின் பேச்சு உலையாக கொதிப்பதை, இருவரும் இலைமறை காயாக அறிந்தனர். அதுவரை பிழையில்லா அவர்கள் உறவில் ஏதோ ஒரு நெருடல். இருவருக்கும் இடையே இருந்த பேச்சு படிப்படியாக குறைந்தது. ஒருவர் முகம் பார்த்து மற்றவர் பேச ஒரு தயக்கம். வேலை பளுவை காரணம் காட்டி வீட்டிற்கு தாமதமாக வர ஆரம்பித்தான் மோகன். நேரம் விடிவதற்கு முன்பே வீட்டை விட்டு கிளம்ப ஆரம்பித்தான். அம்மாவென்று அவன் அழைக்கும் ஓசை காதுகளில் விழுந்து இரண்டு மூன்று மாதமிருக்கும்.

சோகம் கலந்த தவிப்பில் வெகுண்டுருகினாள் சாமு. என்னவாயிற்று

தனக்கு... மோகன் பேசாமல் இருந்தால் என்ன? மகன் தானே.. சரியாகச் சொன்னால் மருமகன் தானே... அவன் என்னோடு ஏன் பேச வேண்டும்... அம்மாவென்று ஏன் அழைக்க வேண்டும்... அவனை தவிர இப்போது எனக்கென்று யார் இருக்கிறார்கள்... என்னமாதிரியான மனநிலையிது... ஒரு வேளை ஊரார் சொல்வதைப்போல், உனக்கே தெரியாமல் அவன் மீது... சீ... அவன் என் மகன்... வயோதிகம் தழுவும் வேளையில் வேறென்ன வேண்டும்... அயரும்போதெல்லாம் சில நம்பிக்கை வார்த்தைகள்... தளரும் போதெல்லாம் சில ஆறுதல் செய்திகள்... வேறென்ன வேண்டும் இந்த வயதில்... அவனுக்கு வேறு கல்யாணம் பண்ணிவிட்டால் குழப்பம் தீருமே... செய்யலாம், ஆனால் வருபவள் இந்த அம்மா மகன் உறவை மதிப்பாளா... சுற்றியிருக்கும் உலகம்தான் அதை அனுமதிக்குமா... தற்போது பேசாமலிருக்கும் அவன், புது மனைவியோடு வேறு வீட்டிற்கு சென்று விட்டால்... மீண்டும் துரத்திவரும் தனிமையின் கொடுமையை நினைக்கையில்... அய்யோ... முதுமையில் தனிமை கொடுமையிலும் கொடுமை... உனக்கென்று சொந்த வீடு கூட இல்லையே... - மனப்போராட்டத்தில் நெஞ்சுக்குள் பல குரல்கள் கேட்டுக்கொண்டே இருந்தது. இப்படியான மனப்போராட்டத்தில் வாழ முடியாது. வாழவும் கூடாது. எல்லாவற்றிற்கும் வரும் சனிக்கிழமை உறுதியாக ஒரு முடிவு எடுத்துவிட தீர்மானித்தாள் சாமு.

அந்த சனிக்கிழமையின் இரவில் கையில் ஒரு பார்சலோடு வரவேற்பறையில் அமர்ந்திருந்த சாமுவின் முன் நின்றான் மோகன். வழக்கத்துக்கு மாறாக அவனே முன் வந்து நின்றது சாமுவிற்கு ஆச்சர்யமாக இருந்தது. ஒரு வேளை நம்மை போல் அவனும் ஏதோ ஒரு முடிவோடு வந்திருப்பானோவென பலவாறு எண்ணிக் கொண்டிருக்கையில் மோகன் தயக்கத்தோடு பேச ஆரம்பித்தான்.

‘ரெம்ப சாரி அத்தை...’ சாமுவை முதன் முதலாய் அத்தை என்றழைத்தான்.

அவன் சொன்ன அந்த அத்தை அவளுக்கு அசாதாரண வார்த்தையாகப் பட்டது. அவளும் கோப மிகுதியில் ‘சொல்லுங்க மருமகனே’ என்றாள். பார்சலை பிரித்துக் கொண்டே தயங்கி தயங்கி பேசினான் மோகன்.

‘இதுல அப்பாவோட, அவளோட இன்சூரன்ஸ் அமௌண்ட் அப்ரூவ் ஆன செக் இருக்கு... இந்த வீட்டை உங்க பேர்ல மாத்தி எழுதுன பாத்திரமும் இருக்கு...’ - சாமுவின் கையில் கொடுத்தான்.

‘சோ... எல்லாம் முடிச்சுது... நான் கிளம்புறேன்னு சொல்ற...‘ - சிறிதான அதட்டலுடனே கேட்டாள் சாமு.

அவள் பேச்சின் கோபத்தை உணர்ந்து கொண்டவனாய், ‘அம்மா பிளீஸ் நீங்க வேற வெறுப்பேத்தாதீங்க... இந்த ஊரு நம்மள பத்தி பேசுறது போதாதா?’ - என்றும் கெஞ்சும் குரலில் பேசினான் மோகன்.

‘ஊரு என்ன பேசுது... சொல்லு மோகன்...’

‘ஏம்மா... என்ன அழ வைக்கிறீங்க...’

‘இதுல அழறதுக்கு என்ன இருக்கு... ஊரு என்ன வேணும்னாலும் சொல்லட்டு... அதவிட்டிரு... நீ ஏன் ஏன்ட பேசாம இருக்க...’ - தெளிவான குரலில் உறுதியாகப் பேசினாள் சாமுண்டீஸ்வரி.

மோகன் கண் கலங்கி இருந்தான்.

‘காருக்குள்ள மொத்த குடும்பமா நாங்க உயிருக்கு போராடிட்டு இருந்தப்ப... சுற்றி நின்னு வீடியோ எடுத்த கூட்டம்ப்பா இந்த ஊரு...

அவங்க பேசுறத வச்சு... என்னைய நீ பிரிஞ்சு போக நினைக்குற...' - பொட்டிக் கரைந்தாள் சாமு. எங்கிருந்துதான் வந்ததோ அவ்வளவு கண்ணீர்.

'மோகன்... உனக்கெப்படியோ... எனக்கு நீதான் மகன்... உனக்கு கொடுத்த வீடு, இந்த பணம் எல்லாம் உனக்குத்தான்... நான் இன்னைக்கே பம்பாய் கிளம்புறேன்... அங்க எனக்கு டிரான்ஸ்வர் கன்பார்ம் ஆயிடுச்சு... நீ என்னைய விட்டிட்டு போறத என்னால தாங்க முடியல... அதுனால நானே உன்ன விட்டிட்டு போறேன்... நல்ல ஒரு பொண்ணா பார்த்து கல்யாணம் பண்ணிட்டு சந்தோசமா இரு...' - கையிலிருந்த பார்சலை மீண்டும் மோகனின் கையில் திணித்து விட்டு, வீட்டுக்குள் சென்று ஏற்கனவே தயாராய் வைத்திருந்த பெட்டிப் படுக்கைகளுடன் வெளியே வந்தாள்.

'என் புருஷனையும், பொண்ணையும் தூக்கி போட்ட மாதிரி, நான் செத்தா... என்னையும் தூக்கி போட்டிடு... என் மகனா அத மட்டும்தான் நான் உன்ட கேக்குறதுன்னு' - சாமு கண்ணீர் நிரம்ப கூறித் திரும்புவதற்கும், அவள் புக் செய்த ஓலா டாக்ஸி வருவதற்கும் சரியாகயிருந்தது.

கோழி

எப்போதிருந்து மகேசுக்கு அந்த வட்டப்பெயர் வந்ததென்று அவனுக்குச் சரியாக நினைவிலில்லை. சிறுவயதில் ஏதோ ஒரு விளையாட்டின் போது நண்பர்கள் கூப்பிட ஆரம்பித்ததாய் ஞாபகம். செங்கோட்டை (கிட்டி புல்) விளையாட்டில் இவன் செய்த சிறு கள்ளத்தனத்திற்காக முதன் முதலாய் அந்த பெயரைச் சொல்லி நண்பர்கள் அழைத்ததாய் ஒரு நினைவு உள்ளது. ‘லேய் கோழி மகேசு… வசமா ஏமாத்த பாக்கையா? சாக்குட்டான்.. சத்தியாம்பிரை… மும்முட்டி..னு அடுக்கிட்டே போற… எங்களுக்கும் விளையாட்டு தெரியும்டே…. கள்ளக்கோழி..’ என்று முதன் முதலாய் ‘கோழி’ என்ற அடைமொழியோடு அவன் பெயரை உச்சரித்தது இசக்கிமுத்துதான்.

சிறந்த ஆட்சியாளர் என்ற பொருளுடைய மகேஸ்வரன் என்ற அவனுடைய சான்றிதழ் பெயர் தற்போது வழக்கொழிந்து, சாதாரணநிலையில் மகேஷ் என்றும், கிண்டல் தொனியில் ‘கோழிமகேஷ்‘ என்றும், ஊரின் இன்னபிற நகைச்சுவைப் பேச்சு அத்யாவசியங்களுக்கு

‘மத்தவன்.. கோழியை எங்க?’ என்றும் பரிகாசம் தெறிக்கும் தொனியோடு பயன்படுத்தப்படுகிறது. ஊரின் வடகிழக்கிலிருந்த மஹேஸ்வரர் சந்நிதியால், ஊருக்குள் ஒவ்வொரு தலைமுறைக்கும் மகேஷ் என்ற பெயர் ஏழெட்டுப் பேருக்காவது இருக்கும். எனவே ஒவ்வொருவரையும் அடையாளப்படுத்த ஏதோ ஒரு அடைமொழித் தேவைப்பட்டது. கம்பு மகேஷ், கரண்டி மகேஷ், கத்திரிக்கா மகேஷ், மாங்கா மகேஷ், மகுடி மகேஷ், கோம்பை மகேஷ், போலீஸ் மகேஷ், போத்து மகேஷ் என ஒவ்வொருவருக்கும் ஒவ்வொரு அடைமொழி வாய்க்க, இவனுக்கு விதிக்கப்பட்டதோ கோழி மகேஷ் என்றாகியது. எது எப்படியோ இன்று அவன் அடையாளத்திலிருந்து அழிக்க முடியாத பெயராய் அது மாறியிருந்தது. நடுத்தர நிலையிலிருந்த அவன் குடும்பத்திற்கும் அவனுடைய இந்த வட்டப் பெயர் சிறிதான நெருடலைத் தந்தது.

குழந்தைப் பருவம் முடிந்து, விடலைப் பருவம் நுழைந்ததும் ஹார்மோன்களால் ஊற்றெடுக்கும் ‘காதல்’ மகேஷை என்னவெல்லாமோ செய்தது. பதின்ம வயது வாலிபனை பெண்கள் பாதிப்பது போல், வேறு யார்தான் பாதிக்க முடியும். ஹார்மோன்களின் தூண்டுதலால் பெண்களுடன் பேச ஆரம்பித்து, கண்ணில் பட்டப் பெண்களையெல்லாம் மானாவாரியாகக் காதலிக்கத் தொடங்கினான் மகேஷ். அவர்களும் பதிலுக்குத் தன்னை காதலிக்க வேண்டுமென்ற ‘பெரும் எதிர்பார்ப்பெல்லாம்’ அவனிடம் இல்லை. ஆனால் இவன் விடாமல் அனைவரையும் உயிருக்குயிராய் காதலித்தான். அது ஒருவிதமான மகிழ்வு போதை. காதல் செருக்கோடு அத்தனை பெண்களுடனும் வழிந்து, வழிந்து பேசினான். அப்பேச்சினை அதிகப்படியான காம ரசத்தோடு, கற்பனை கலந்து நண்பர்களிடம் வேறு விதமாய் விவரித்தான். அவனையறிந்த இளைஞர்கள் அனைவருக்கும் அவன்மீது பொறாமையின் பொறுமல்கள். அதனாலோ என்னவோ அதுவரை கிண்டலாக உச்சரிக்கப்பட்ட இளவயது

கோழி என்ற வட்டப்பெயர், அதன் பின்னர் வேறு விதத்தில் பொருள் கொள்ளப்பட்டது.

ரோட்டில் சிவப்பு தூவல்களுடன், பெட்டைக் கோழிகளை கண்டவுடன், ஒருபக்க சிறகை சாய்த்து, படபடத்து, பெட்டையின் முதுகேறி, தன்னுறுப்பை கோர்த்து, பற்றிப் புணரும் சேவல் கோழிகளை நீங்கள் கண்டிருக்கலாம். கண்டவரையெல்லாம் காதலித்து மகிழும் மகேஷை அந்த சேவல் கோழியுடன் ஒப்பிட்டு, கோழிமகேஷ் என்று நமட்டு சிரிப்புடன் நண்பர்கள் அழைக்கையில், ஆரம்ப காலங்களில் மகேசுக்குப் பெருமிதமாக இருந்தது. அதாவது எல்லா பெண்களையும் வளைத்தெடுப்பதில் வல்லவன் என்ற அர்த்தத்தில். ஆனால் நாளாக நாளாக பெண்கள் விஷயத்தில் அவன் மிகவும் மோசம் என்ற அர்த்தத்தில் 'அந்த வட்டப்பெயர்' திரிக்கப்பட்டப் போதுதான், சொல்ல முடியா ஒரு சோகம், அவன் நெஞ்சமெங்கும் ஆட்கொண்டது. இத்தனைக்கும் எந்தப் பெண்ணுடனும் அம்மாதிரியான உடல்தொடர்பேதும் அவனுக்கு இருந்ததில்லை. அதை செய்யும் அளவிற்கு அவனுக்கு மனத்துணிவும் இருந்ததில்லை, வெறும் வாய்ப்பேச்சு மட்டுமே. இருந்தும் அவன் வயதொத்த இளைஞர்கள் ஏதேனும் ஒரு சந்தர்ப்பத்தில் அவன் மீது அப்படியொரு கிண்டல் மொழியை வாரியிறைத்துக் கொண்டே இருந்தனர்.

என்னடே..... கோழி இன்னைக்கு... வடசேரியில மேயுது?

மத்தவன்கில்லாடிடே... கும்பாட்ட காரிய மடக்கிட்டான்லா... கோழி.. கோழிதான்...

சூரம்பாடுக்கு(சூரசம்காரம்) நெறைய வெடக்கோழிகள் வரும்... சேவலுக்கு கொண்டாட்டம்தான்...

நம்ம தூப்புக்காரிட்ட நேத்து கோழி பேசிட்டு இருந்தான்... எப்படியும் கொத்தியிருப்பான்...

- என்பது மாதிரியான அங்கத உரையாடல்கள். அடுத்தடுத்த அடுக்கடுக்கான எள்ளி நகையாடும் உரையாடல்கள். இந்நாட்களில் தன்னை கோழி என்றழைப்பதைப் பெரும் கௌரவக் குறைச்சலாக நினைக்க ஆரம்பித்தான் மகேஷ். கோழி என்றழைத்தவர்களின் குரல்வளையைப் பிடித்து சண்டையிட்டான். இருந்தும் அப்பெயர் அவனிடமிருந்து அகலவே இல்லை. அதன் பொருளிலேயே ஊராரும் அவனை அடையாளப்படுத்தினர். பெண்களிடம் வாய்ப்பேச்சுக் காரனாக இருந்த அவனுக்கோ, செயல்வீரனாகும் வாய்ப்பு கடைசிவரை கிடைக்கவில்லை. ஊருக்குள்ளேயே சிறு மளிகைக் கடைவைத்து அதன் வருமானத்திலும், பூர்வீக சொத்து வருமானத்திலும் குறை சொல்ல முடியா வாழ்க்கையை வாழ்ந்து கொண்டிருக்கும் அவனுக்கு திருமணம் மட்டும் நடந்த பாடில்லை. அந்நிகழ்வு நடப்பதற்கான அறிகுறியுமில்லை. அவன் வயதொத்த இளைஞர்கள் அனைவரும் திருமண பந்தத்தில் இறங்க, ஊருக்குள் உலவிய கெட்ட பெயரால், மணம் முடிக்க மணப்பெண் கிடைக்காமல் மனம் வெதும்பி, தண்ணி கிட்டாத செவ்வாழை மரமென வதங்கி, தெவங்கி நின்றான் மகேஷ்.

கடுக்கரை ஊர் முதலடி வெள்ளை வேஷ்டி குத்தாலம் பிள்ளைக்கு முன்னும் பின்னுமாய் இரண்டு பெண் மக்கள். வருகிற சித்திரை பதினாறு வந்தால் மனைவி விசாலாட்சி இறந்து ஆறு வருடங்கள் முடிகிறது. கொல்லைக்கு போவதிலிருந்து, ஆற்றுக்குக் குளிக்கப் போவது வரை வெள்ளை வேஷ்டியை பிஷ்டத்திலிருந்து இறக்காத குத்தாலம் பிள்ளையை 'வெள்ளை வேஷ்டி குத்தாலம் பிள்ளையென' ஊர் விளிப்பதில் வியப்பேதும் இல்லை. குத்தாலம் பிள்ளையின் முதல் பெண்

நீலாம்பரி என்ற நீலா செவ்வாய் தோசத்தில் மணமாகாமலிருக்க, இளையவள் வசந்தா ஆரல்வாய்மொழி அண்ணா கல்லூரியில் இரண்டாமாண்டு வேதியல் படித்துக் கொண்டிருந்தாள். கண்களுக்கு அழகான ஓவியமாக, தேய்த்து வைத்தச் செப்புச் சிலைகளாக பெண் மக்கள் இருவருமிருந்த போதும், அக்காவின் செவ்வாய் தோஷம், தங்கச்சியின் எதிர்கால வாழ்க்கைக்கும் தடையாகயிருந்தது.

வரதட்சணையை கூட்டி, தோஷ ஜோசியம் தவிர்த்து, சில நேரங்களில் மறைத்து என பல விதங்களில் மூத்த மகளின் திருமணத்திற்கு அடித்தளமிட முயன்றார் குத்தாலம் பிள்ளை. ஆனால் ஓட்டை ஒடிசலென்று, ஊரார்கள் பேசிய குடத்திற்குள், வாட்டமின்றி நீர் இறைக்க, வந்தவர் எவருமில்லை. வேண்டாத தெய்வம் இல்லை. செய்யாத பரிகாரம் இல்லை. சில ஜோசியர்கள் வியாழநோக்கு வரவில்லையென்றார்கள். சிலபேர்கள் தெய்வக் குத்தம் என்றார்கள். ஊரடி கோவில் வீரவநங்கையம்மனுக்கு அடிமேல் அடிவைத்து அங்க பிரதட்சணம் செய்தாள் நீலா. ஆயிரத்தெட்டு தடவை ஸ்ரீராமஜெயமெழுதி மாலையாக்கி அனுமனுக்கு இட்டு வணங்கினாள். தங்கச்சி வசந்தா துணையுடன் எம்பெருமான் கோயிலுக்கு சென்று எள்ளு விளக்கேற்றினாள். தென்னைக்கு இறைத்த நீரில், வாழை செழித்து வளர்வதைப் போல், சில தினங்களிலேயே வசந்தாவைப் பெண்கேட்டு மாப்பிளை வீட்டார் வந்து நின்றனர். அம்மாவில்லாத நீலா வெப்ராளம் மேலோங்க, ஆறுதல் சொல்ல ஆளின்றி, அழுது, அலுத்துக் களைத்தாள். தங்கையின் மணவாழ்க்கைக்குத் தடையாக இருக்கிறோமே என்ற தவிப்பு அக்காவிற்கு. அக்காவின் திருமணத்திற்குப் போட்டியாக நாமே இருக்கிறோமே என்ற குற்ற உணர்ச்சி தங்கைக்கு. முதிர் குலையை விடுத்து, இளங்கருதை மணவடையில் எப்படி ஏற்றுவது எனதன் பங்கிற்கு குழம்பி வெகுண்டார் குத்தாலம் பிள்ளை. பெண் பிள்ளைகள் இருவருக்கும் போதுமென்ற அளவிற்கு சொத்திருக்க, ஆஸ்தியோட

சேர்ந்து அறிவிருக்க, அழகிருக்க, செவ்வாய் தோஷமென்ற பெயரில் 'பெருங்கவலையை' அவர்களுக்குள் விதைத்திருந்தான் இறைவன்.

வயல்கரையில் குத்தாலம் பிள்ளையின் அத்தான் முறை போஸ்ட் ஆபீஸ் சிவதாணு பிள்ளைதான் முதன் முதலாய் அந்தப் பேச்சை ஆரம்பித்தார்.

'மாப்பிள.. எத்ர காலம் டேய்... இப்படி பிள்ளைல நினைச்சி கவலை பட்டுட்டு இருப்ப... நான் சொல்லுகத நீ விதர்ப்பமா எடுக்க கூடாது... உம்ம பிள்ளையா இருந்தா... இப்படி கேப்பீரான்னும்... கேட்டுறதா... ஒரு அபிப்ராயம் தான்...' - சரியானப் பீடிகையுடன் பேச்சை வீசினார் சிவதாணு பிள்ளை.

'சொல்லுங்கத்தான்... முதல்ல விஷயத்தை சொல்லுங்க'

'இல்ல.. மாப்ள... நம்ம மூத்த குட்டியை... நடுத்தெரு கடை முத்தையா பிள்ளைக்கு மகனுக்கு குடுப்பியான்னு, கேட்காங்க பார்த்துக்கோ...'

'யாரு கோழி மகேசுக்கா...ஆச்சர்யத்தோடு புருவம் உயர்த்தி கேட்ட குத்தாலம் பிள்ளை... அதிருப்தியோடு மேலும் தொடர்ந்தார். யத்தான்... நீரு.. இப்படி கேப்பீருன்னு நான் கொஞ்சம் கூட எதிர்பார்க்கல... '- என்று.

சிவதாணு பிள்ளையும் பதட்டப்பட்டார்.

'இதான் உண்ட முதல்லயே சொன்னனேன்... நாளைக்கு ஒரு காலத்துல... யார் மூலமாவது விஷயம் கேள்விப்பட்டு, ஆனாலும் யத்தான்... நீரு ஒரு வார்த்தை யான்ட கேட்கலையேன்னு.... நீ சொல்ல கூடாது பார்த்தியா...' அதான் கேட்டேன்..

இல்லத்தான்... அது வந்து...

ஏய்... ரெண்டு பிள்ளைலும் கோவில் கோவிலா... வேண்டுதலோடு சுத்துகத பாக்க முடியலைடே... பாவம்லா...... அம்ம இல்லாத பிள்ளைக வேற... நல்லதோ.. கெட்டதோ... காலா காலத்துல அது..அது நடந்துரணும் டே...

குத்தாலம் பிள்ளை அமைதியாக யோசனையிலிருந்தார். அவரின் அந்த யோசிக்கும் நேரத்தை பயன்படுத்தி சிவதாணு பிள்ளை மேலும் பேசினார்.

'பய... கொஞ்சம் அப்டி...இப்படித்தான்... கல்யாணம் ஆனா... எல்லாம் சரியாகும் டே....வீட்ல ஆகாரம் இல்லாட்டாதான்... நாய்கோ, தெருவுக்கு போய், கண்ட கண்ட இடத்துல வாயை வைக்கும்.... பொண்டாட்டின்னு ஒருத்தி வீட்ல இருந்தா.. அவன் யான்டே ஊர் மேய போறான்... நம்ம பிள்ளைக்கு வேற செவ்வாய் தோஷம்.... கட்டிக்குடுடே... ரெண்டாவது குட்டிக்கும் வயசு ஏறிட்டு போகு பார்த்துக்கோ...'அப்புறம் உன் இஷ்டம்...

நகர்த்தும் விதமாய் கல்லை நகர்த்தி, கரைக்கும் விதத்தில் 'கரைப்பார்' கரைத்தால் 'கருங்கல்லும்' கரையாமல் இருக்குமோ... குத்தாலம் பிள்ளை கரையத் தொடங்கியிருந்தார்.

திருமணத்திற்காக ஏங்கிய இரு மனங்களும் நல்லதொரு சுபமுகூர்த்தத் தினத்தில் கல்யாண கடலில் குதித்தன. பெண்ணுடம்பை பற்றிய காம ஈரத்தோடு கட்டில் கரையில் காத்திருந்தான் மகேஷ். கதவைத் திறந்து வந்த நீலா வேறொரு மனநிலைமையிலிருந்தாள். கல்யாணம் என்ற ஒன்றைக் காட்டி தன்னை இத்தனை காலமாய் நிராகரித்த சமூகத்தின் மீது கட்டுங்கடங்கா கோபத்திலிருந்தாள் நீலா. கண்களெங்கும் காமம் கொப்பளிக்க உட்கார்ந்திருந்த மகேஷைக் கம்பளிப் பூச்சியை பார்ப்பது போல் பார்த்தாள். கம்பங்கொல்லையில் பாயத் துடித்த காய்ந்த மாட்டினை

தடுத்து, ஒற்றை கேள்வியால் எதிர்திசையில் இழுத்தாள்.

நீ தொடப்போற, எத்தரையாவது ஆளு நான்? - என்ற எதிர்பாராத கேள்வியால் நிலைகுலைந்தான் கோழி மகேஷ். திருமணம் என்ற ஒற்றைச்சொல்லால் தன்னை அழவைத்த, நிராகரித்த, அவமானப்படுத்திய ஆண் வர்க்கத்தின் மீது ஆற்றொணா விரக்தியிலிருந்தாள் நீலா. தன் தங்கையின் வாழ்க்கையை நினைத்தே இந்த பந்தத்திற்கு சம்மதம் தெரிவித்ததாக உறுதிப்படுத்தினாள். 'எப்போதும் போல் எப்படி வேண்டுமானாலும் இருந்து கொள். என் முன் உன் சிறகுகளை விரிக்காதே' என்ற பொருளுடன், உறுதிப்படப் பேசிய நீலாவை பார்த்து, 'கோழி' பெரும் பயம் கொண்டது.

பேச்சு சாதுர்யத்தால் பல பெண்களை வசீகரித்த கோழி மகேஷின் 'காம மூக்கு' அவன் காலடியிலேயே விழுந்து நொறுங்கியது. ஆவேசமாக அத்தனையும் பேசிமுடித்து கட்டிலின் ஒரு ஓரத்தில் நெடுநாட்களுக்கு பிறகான நிம்மதியான பெருந்தூக்கத்தில் நீலா லயிக்க, அவள் அழகான முதுகையும், வளைவுகளையும் பார்த்து கொண்டு தூங்கமின்றிப் படுத்துக் கிடந்தான் மகேஷ். முதலிரவு அறை முழுவதும் நிரம்பியிருந்த பூக்களின் மணத்தோடு, தூங்கமின்றி புரண்டு கொண்டிருந்த மகேஷின் ஏக்க பெருமூச்சும் சேர்ந்து கொண்டது.

விரக்தியில் இருக்கிறாள், இரண்டொருநாளில் சரியாகிவிடுமென நினைத்தான் மகேஷ். நாட்கள் வாரங்களாக, வாரங்கள் மாதங்களாக, மாதங்கள் வருடங்களாகியும் வீம்பு குறையாத நாகமென விரக்தியின் உச்சத்திருந்தாள் நீலா. ஏதேதோ செய்து நீலாவின் நம்பிக்கையை பெற முயற்சித்தான் மகேஷ். கடைக்கு வரும் பெண்களிடம் பேச்சைக் குறைத்து, கண்ணியவானாக நடந்து கொண்டான். திருமணமான நாள் தொட்டு, ஊருக்குத்தான் அவர்கள் கணவன் மனைவி. ஆனால் தாம்பத்யம்

சிறகடிக்கும் கட்டிலறையில், எதிர் எதிரே படுத்துக்கொண்டு பயணிக்கும் ரயில் பயணிகள் மட்டுமே. கொப்பளிக்கும் காமத்தை உடலுக்குள் அடக்க முடியாமல் தவித்தான் மகேஷ்.

இதுவேதும் அறியாத நவீன உலகம், கிண்டல் பேச்சுக்களால், ஆபாச வார்த்தைகளால் மகேஷை மேலும் வறுத்தெடுத்தது.

அன்று அப்படித்தான். முட்டை வாங்கும் அவசரத்தில் கடைக்கு வந்து நின்ற நையாண்டி சேகர் உச்ச ஸ்தாயில் சிரித்துக் கொண்டே பேசத் துவங்கினான்.

'என்ன மாப்ள... ராத்திரி முழுக்க பயங்கர வேலை போல..'

சட்டென்று அரண்ட மகேஷ், அடுத்த அறையில் டிவி பார்த்துக் கொண்டிருந்த நீலாவுக்கு கேட்டிருக்குமோவென பயந்து, பட்டென்று பேச்சை மாற்றினான்.

'உனக்கு என்ன வேணும்...'

நையாண்டி சேகரோ விட்ட பாடில்லை.

நான் கேட்டதுக்கு பதில் சொல்லு மாப்ள... ஆளு ஒடிஞ்சு போயில்லா இருக்க.... முட்டை கிட்டை குடிக்க கூடாதா?

நான் என்ன குடிக்கணும்னு எனக்கு தெரியும்.. உனக்கு என்ன வேணும்னு சொல்லு..

அது சரிதான்... கோழிக்கு தெரியாதா... எப்ப முட்டை குடிக்கணும்னு....- என்று நக்கலடித்தான் சேகர்.

மகேசுக்கு சுள்ளென்று கோபம் பின் மண்டையில் ஏறியது. அடக்கி கொண்டான். மெலிதான கோபத்தோடு,

லேய்.. உனக்கு என்ன வேணும் சொல்லு... இல்லாட்டா.. இடத்தை காலி பண்ணு...

முட்டைதான் வேணும் மாப்ள... - சிரித்து கொண்டே பதிலுரைத்தான் நையாண்டி சேகர்.

அவசர அவசரமாக முட்டையை எடுத்துக் கொடுத்து ஆசுவாசப்பட்டான் மகேஷ்.

'பார்த்து டே.. சின்ன பிள்ளையாக்கும் என் தங்கச்சி... ஊர்ல ஏனோ தானமா மேஞ்ச மாதிரி அவள்டையும் உன் வேலையை காட்டிராத ...'

என்று போகிற போக்கில் தன் நையாண்டி தனங்களுக்கு அடையாளமாய் ஒன்றிரெண்டு வார்த்தைகளை விட்டுக் கொண்டே சென்றான் சேகர்.

ஆவலாதியில் மகேஷ் பரபரக்க, அத்தனையும் கேட்டுக் கொண்டிருந்த நீலாவுக்கு அவமானப் புள்ளிகள் மேலோங்கி, மகேஷின் மீதான வெறுப்பு மேலும் சில மடங்கு கூடியது.

எறும்புக் கூட்டுக்குள் கைவிட்டத் தேன் திருடனாய், தன்னிலையை நினைத்து, விழுங்கவும் முடியாமல், துப்பவும் முடியாமல் மொத்த பரிதவிப்பையும் மனதிற்குள் வைத்து சுற்றிக் கொண்டிருந்தான் கோழி மகேஷ்.

தீப்பட்ட காயத்தில் தேள்வந்து கொட்டுவது போல், மொத்த ஊரையும் கலங்கடித்தது அந்த செய்தி. ஆம். கெட்ட செய்திதான். யாரும் எதிர்பார்க்காத செய்திதான். இளையவள் வசந்தா வயலடி கிணற்றில் குதித்து தற்கொலைக்கு முயன்றிருக்கிறாள் என்றும், தலையில் பலத்த அடி என்றும், இளைஞர்கள் சிலபேர் குத்துயிரும், கொலை உயிருமாய்

மயங்கியநிலையில் ஆஸ்பத்திரியில் சேர்த்துள்ளனர் என்றும். என்ன பிரச்சனை? யாரால் பிரச்சனை? எதற்காக இப்படி ஒரு முடிவு? ஏகப்பட்ட கேள்விகள் எல்லோர் மனதிலும். மகேஷ் படபடப்புடன் இருந்தான். குத்தாலம் பிள்ளை அணுஅணுவாய் சிதறியிருந்தார். நீலா மூர்ச்சையாகி அரைகுறை நினைவிலிருந்தாள். சரியான காரணம் யாருக்கும் தெரியாமல், ஆங்காங்கே பல ஆருடங்கள் கணிக்க ஆரம்பித்தனர். அதில் சில மகேஷை குறி வைப்பதாயிருந்தது.

'ஊருக்குள்ளயே அவன் வேலையை காட்டுனவன்.. வீட்டுக்குள்ளே சும்மையா இருந்திருப்பான்.. பாவம் பிள்ளை.. பயந்து.. கிணத்துல போய் விழுந்திருக்கு....'

மொத்த ஊரும் ஏற்றுக் கொள்ளும் ஊர்ஜிதமாக அது இருந்தது. அவரவருக்கு விரும்பிய வகையில் மேலும் சிலவற்றை சேர்த்து இழித்தும் பழித்தும் பேசினர். நரம்பில்லாத நாக்கால், குத்தாலம் பிள்ளையின் காது பட வரம்பு மீறி பேசினர்.

அத்தான் சிவதாணு பிள்ளையும் ஊரோடு சேர்ந்து கொண்டார்.

'மாப்பிள... இவன.. இப்படியே விட்டா... என்ன வேணாலும் செய்வான்.. பேசாம போலீஸ்ல பராதி கொடுத்திருவோமென' - குத்தாலம் பிள்ளையை வற்புறுத்த, ஆவேசத்துடன் மாமனாரே மருமகன் மீது புகார் கொடுத்திருந்தார். சில மணிநேரத்துக்குள் பூதப்பாண்டி காவல் நிலையத்தில் கம்பி எண்ணிக் கொண்டிருந்தான் மகேஷ். என்னவோ? என்ன குழப்பமோ தெரியவில்லை. அவன் போலீசாருக்கு பெரிதான எதிர்ப்பெதுவும் தெரிவிக்க வில்லை. என்னவோ மாதிரியிருந்தான். பித்து பிடித்த மனநிலையில் சிறை கதவுகளுக்குள் இருந்தான் மகேஷ்.

இருமகள்களின் வாழ்க்கையை நினைத்து குத்தாலம் பிள்ளை இடிந்துப்

போயிருந்தார்.

'அந்த படுபாவிக்கு கைல உன்னைய புடிச்சி கொடுத்திட்டேன்னே... அது இப்ப நம்ம வம்சத்தையே அழிச்சிருக்கும் போலிருக்கே?' -நீலாவின் முன்னின்று கண்ணீர் வடித்தார். தன்னை நினைத்து வெடித்து அழுது நொந்து கொண்டாள் நீலா. சோகம் மேலோங்க அப்பாவும் மகளும் ஆஸ்பத்திரியில் இருந்து தங்கையை கவனித்துக் கொண்டனர். ஆறேழு நாளாகியும் நினைவேதும் திரும்பாமல், மயக்க நிலையிலேயே இருந்தாள் வசந்தா.

சம்பந்தப்பட்ட அனைவரின் மனங்களும்,

சோகம் என்பது என்ன?

துயரம் என்பதற்கான அடையாளம்தான் என்ன? துன்பத்தின் வரையறை என்ன?

- என்பது போன்ற கேள்விக்கான விடைகளை அனுபவித்துக் களைத்திருந்தன. எட்டு நாட்கள் சிறை வாழ்க்கையில் முற்றிலும் ஒடிந்திருந்தான் மகேஷ். கண்களுக்கு கீழே அயற்சியின் அடையாளமாய் கருப்பாய் சிறுகோடு போல. நறு நறுவென வளர்ந்திருந்த எட்டு நாள் தாடி, அவன் அகத் துயரத்தை அப்பட்டமாய் பறைசாற்றுவது போலிருந்தது.

என்ன சொல்லி நீலாவை சமாதானம் செய்வது?

-என யோசித்தான்.

என்ன சொல்லி ஊராரை, உறவுகளை, சட்டத்தை நம்ப வைப்பது? -என யோசித்தான்.

காமம் என்பதை இதுவரை அனுபவித்திராத தனக்கு, காமக்கோழி என்ற

பெயர் வந்தது எப்படியென யோசித்தான்.

எதனால் வசந்தா கிணற்றுக்குள் விழுந்திருப்பாள்வென யோசித்தான்.

எந்த ஒரு எதிர்ப்பும் எழுப்பாமல் தான் இப்படி இருப்பதற்கான காரணங்களைச் சிந்தித்தான்.

சிந்தனைகள் அவன் எண்ணமெங்கும் கேள்வியெழுப்பி, அலையலையாய், மலைமலையாய் தாவிச் செல்லும் குரங்குகளைப் போல, எங்கெல்லாமோ அழைத்துச் சென்றது. தெளிவாகத் தேடியும் கண்களுக்கு அகப்படா குண்டூசியை போல, தெளிவாக சிந்தித்தும் தீர்க்கமான முடிவு கிட்டிய பாடில்லை. அரைகுறை உறக்கத்தோடு அன்றைய இரவும் கழிந்தது.

ஒன்பதாம் நாள் காலையில் தன் காதில் விழுந்த வார்த்தைகளால், தூக்கம் விழித்து சிறிதான பதட்டத்திற்குள்ளானான் மகேஷ். ஆமாம். சிறைக்கு வெளியே மாமனார் குத்தாலம் பிள்ளைக்கும் இன்ஸ்பெக்டருக்குமான உரையாடல் அரைகுறையாய் காதில் கேட்டது.

'அப்ப.. கேஸ வாபஸ் வாங்குறீங்களா'

'ஆமா சார்... எல்லாரும் சொன்னதுனால நானும் ஒரு குழப்புத்துல புகார் கொடுத்திட்டேன். கிணத்துல விழுந்த என் மக சொன்னதுக்கப்புறம்தான் எனக்கு எல்லா விஷயமும் மனசிலாச்சு'

இன்ஸ்பெக்டர் ரெம்ப பந்தா காட்டினார். அருகில் நின்றிருந்த ரைட்டரிடம் உயரதிகாரிக்கே உரித்தான தோரணையில் பேசினார்.

'என்னையா.. இவரு சொல்லுறது எல்லாம் உண்மையா.. அந்த பொண்ணோட வாக்குமூலம் என்ன?'

'உண்மைதான் சார்... தோட்டத்துல கரண்டு ஷாக் அடிச்சுதான் அந்த பிள்ளை கிணத்துல விழுந்துச்சாம்.. அந்த பையனுக்கும் இதுக்கும் எந்த சம்பந்தமும் இல்லையாம்'

சம்பாஷணைகளை கேட்ட அம்மாத்திரத்தில் ஒருவித புளகாங்கித மனநிலைக்குள் விழுந்தான் மகேஷ். பொங்கி வந்த அழுகையை அடக்கியதால் உதடுகள், சிலந்தி வலையில் சிக்கிய தட்டாம் பூச்சி இறகாய் படபடத்தது.

காரில் போலீஸ் ஸ்டேஷனிலிருந்து வீட்டுக்குத் திரும்பிக் கொண்டிருந்த போது, மாமனாரும், மருமகனும் மருந்துக்கு கூட பேசிக்கொள்ளவில்லை. அசாத்திய மௌனம் இருவருக்குள்ளும். திறந்திருந்த கார் கண்ணாடியின் வழி, மத மதவென வந்து மோதிய காற்றினாலோ என்னவோ, இருவரின் கண்களிலும் கண்ணீர் துளிகளின் அடையாளங்கள்.

வசந்தாவை டிஸ்சார்ஜ் செய்வதற்காக வழியில் ஆஸ்பத்திரியில் இறங்கிக் கொண்டார் குத்தாலம் பிள்ளை. தனியாக வீடு வந்திறங்கி, தயங்கித் தயங்கி ஒருவித ஆவேச மனநிலையில் வீட்டுக்குள் நுழைந்த மகேஷின் நெஞ்சோடு அன்பும், அழுகையும் கலந்த அட்டை பூச்சியாய் ஆவேசமாய் வந்து ஒட்டிக்கொண்டாள் நீலா. இரு உடல்களும் கட்டித் தழுவிக்கொள்ள, இதுநாள் வரை நடக்காமல் இருந்த மன்மத ஆட்டத்தின் அசைவிற்கு, அவ்வீட்டின் 'படுக்கையறைகட்டில்' தன்னைத் தானே தயார் செய்து கொண்டது.

பொன்னுலக்ஷ்மி

நீங்கள் பொன்னுலக்ஷ்மியை கண்டிப்பாகப் பார்த்திருப்பீர்கள். சாலையில் நடக்கையில், ஐந்தாறு நொடிகளேனும் ''அவள் வாசத்தை'' நீங்கள் சுவாசித்தே கடந்திருப்பீர்கள். உங்கள் நினைவில் ''அது'' இல்லாமல் இருக்கலாம். அல்லது அவள்தான் ''பொன்னுலக்ஷ்மி'' என்பதை, நீங்கள் அறியாமலிருக்கலாம்.

பஸ்ஸை பிடிக்கும் வேகத்தில் நீங்கள் பஸ்ஸ்டாண்டுக்குள் ஓடும் போதோ, சாலையோர கடைகளில் நின்று பஜ்ஜி, சொஜ்ஜி சாப்பிடும் போதோ, ஒய்யார வாகனத்தில் குளு குளு ஏசியில், இசையை ரசித்துக் கொண்டே, சிக்னலில் காத்திருக்கும் போதோ, உயர்தர ஹோட்டலில் வயிறு முட்ட சாப்பிட்டு விட்டு வருகையில், கலர் கலரான ஜீரக மிட்டாயை வாயில் குதப்பி, மரக்குத்தூசியால் பல்லிடுக்கில் குத்திக் கொண்டு, ''ஏப்பம்'' விடும் போதோ, சினிமா பார்த்துக்கொண்டு திரும்பும் வேளையிலோ, நீங்கள் அவளைக் கடந்து சென்றிருக்கலாம்.

கருப்பு மணலுடன் கூடிய சாக்கடைக்கழிவு குவியல்களின் அடுத்தோ,

வெடித்த மார்பு தெரிய சிரித்துக் கொண்டிருக்கும் நடிகைகளின் போஸ்டர் ஒட்டிய, பாசிப்படர்ந்த முனிசிபாலிட்டி சுவரின் அருகிலோ, ஆண்கள் ''மூத்திர'' நிரூற்றி வளர்த்த ''ட்ரான்ஸ்பார்மர்களின்'' அருகிலோ, பூங்காவின் வெளியிலோ, கடற்கரையின் வெயிலிலோ ''அவளைக்'' கண்டிப்பாக நீங்கள் பார்த்திருப்பீர்கள்.

இரக்கத்தின் உச்சியில் அவளுக்கு நீங்கள் ஐந்தோ, பத்தோ கொடுத்திருக்கலாம். கொஞ்சம் பெருந்தன்மையுடன் உங்கள் குழந்தை ''மிச்சம்'' வைத்த சாப்பாட்டை அல்லது பிஸ்கட் பாக்கெட்டை அவளுக்குக் கொடுத்திருக்கலாம். ''ஐயோ பாவம்'' என உண்மையான இரக்கத்தோடு அவளுக்காக ஐந்தாறு நிமிடங்கள், மனம் வருந்த மட்டும் செய்து விட்டு, பின்பு உங்கள் வேலையை, உங்கள் போக்கில் பார்த்திருக்கலாம். இப்போதாவது நினைவுக்கு வருகிறதா? கிழிந்த அழுக்குச் சட்டையை போட்டுக் கொண்டு, கட்டியான துணியில் பாவாடைக் கட்டிக்கொண்டு, முடிகள் ஒழுங்கற்று அங்குமிங்கும் அலைபாய, கைகளில், கால்களில் கிழிந்த துணிகளை, கண்ட கயிறுகளைக் கட்டிக் கொண்டு, மலங்க மலங்க விழித்துக்கொண்டு நிற்கும் அந்த உருவத்தை. ஞாபகம் வந்திருக்குமென நினைக்கிறேன். அவள்தான். அவளேதான். நம்ம ''பொன்னுலக்ஷ்மி''

சரி.. நினைவுக்கு வந்துவிட்டதால் உங்களிடம் சில கேள்விகள். அவளைப் பற்றி நீங்கள் என்ன நினைக்கிறீர்கள்? அவளிடம் நீங்கள் எப்போதாவது பேசியதுண்டா? வேறு வேலை ஏதும் இல்லையென்றால், வாருங்கள் என்னுடன். அந்த ''பொன்னு லக்ஷ்மி'' -யை பிடிக்கத்தான் தளவாடங்களுடன் போய்க் கொண்டிருக்கிறேன்.

நீ யாருடே? – என்று கேட்கீறீர்களா?

சரியாப் போச்சு?

என்னைத் தெரிய வில்லையா?

உங்களை நம்பி பாதிக் கதையை கூறியாயிற்று?

என்னைத் தெரிய வில்லையா? என்னத்த சொல்ல.... உங்களிடம்.

வேண்டாம்.. விடுங்கள்...

உங்களுக்கு ''அன்பு இல்லம்'' தெரியுமா.

கண்டிப்பாகத் தெரிந்திருக்கும்.

ஆம்.. சரிதான் நீங்கள் நினைப்பது?

அனாதைகளை அரவணைத்து காக்கும் தொண்டு நிறுவனம்தான். அதில் நான் ''பகுதிநேர சமூக சேவகர்''. முழுநேரப் பணி வெளிநாட்டு கணினி நிறுவனத்தில் உதவி மேலாளராக.

செய்யும் வேலைக்கதிகமாக கொடுக்கப்படும் சம்பளத்தை வைத்து, தேவையில்லாதப் பொருள்களையெல்லாம் வாங்கி குவித்து, பின்பு எதற்கு அப்பொருள்களை வாங்கினேன் என்று தெரியாமல் மாதம்தோறும் ''பில்'' கட்டியே சாகப்போகும் ''கணிணிப் பொறியாளன்'' நான். கடவுளைப் போல் நேரில் கண்டிராத, இல்லாத ''கௌரவத்தை'' கடன் வாங்கியாவது, கட்டிக், காப்பாற்றிக் கொண்டிருக்கும் ''ஹைகிளாஸ் பிச்சைக்காரன்தான்''- நான். அடுத்தவர்கள் ''மெச்ச'' வேண்டுமென்பதற்காக, என் வாழ்கையை, அவர்கள் விரும்பிய வண்ணம், வாழ்ந்துக் கொண்டிருக்கும் ''அப்பர் மிடில் கிளாஸ் மனிதன்''. கிரிடிட் கார்டை தேய்த்து, தேய்த்துக் கிளம்பிய ''கடன் தீயில்'' எப்போது வேண்டுமானாலும் விழ சாத்தியமுள்ள ''சூழ்நிலைக்கைதியே'' - நான்.

இப்படி நெறைய சொல்லலாம் என்னைப் பற்றி. ஆனால் நான்

கெட்டவன் இல்லை. அம்மா சத்தியமா நல்லவனாக்கும். அதனால்தான் ''ஞாயிற்று கிழமை அதுவுமாய், மனநிலைப் பாதிக்கப்பட்ட ''பொன்னுலஷ்மியை'' தேடி, தெருத்தெருவாய் அலையப் போகிறேன். அவளை கண்டு பிடித்து விட்டால், அவளோடு ஒரு செல்பி எடுத்து ''social work on Sunday'' -னு என்னுடைய பேஸ்புக்கில் ஒரு ஸ்டேட்டஸ் போட்டேனென்று வைத்துக்கொள்ளுங்கள். அவ்வளவுதான். என்னைப் போலவே வெட்டி பந்தாவிற்கு ஆசைப்பட்ட ''ஜீவ ராசிகள்'' ஒவ்வொருத்தரும் போடுவாங்க பாரு கமெண்ட்ஸ்...

பாசப்பிணைப்பே...

கருணைக் கடலே..

பரிவின் சிகரமே..

ஆம்பிள்ள தெரசாவே...

அன்பின் விளிம்பே..

ஆவ்சம் ப்ரோ... – என சும்மா.. நாலஞ்சு நாளைக்கு பேஸ்புக்குல எங்க திருப்பினாலும் நம்ம போட்டோதான். நேரம் போவதே தெரியாது.

கிரிடிட் கார்ட தேய்த்து கடனில் வாங்கிய Canon DSLR – க்கு வேலை வேண்டாமா.. என்ன?? புகழ் சும்மா கிடைக்குமா? ''புகழ்ச்சியை'' விரும்பாதோர் உலகில் உண்டா.. என்ன..? ஒரு மிடில்கிளாஸ் கணிணித் தொழிலாளி வேறு என்ன செய்து ''புகழ்'' பெற முடியும். சமூக சேவை, புகழ், பொழுதுபோக்கு இந்த மூன்றையும் ஒன்றாகச் செய்யும், என்னைப் போன்ற ''அறிவாளியைக் கண்டிருக்கிறீர்களா? இதைத்தான் ஒரேகல்லில் ''மூணு மாங்கா'' என்பார்கள். சிரிக்காதீர்கள்.... ஆனால் இப்போதும் சொல்கிறேன். அம்மா சத்தியமா, நான் நல்லவனாக்கும்.. அதில் எந்த

மாற்றமும் இல்லை.

என்னுடைய திட்டம் இதுதான்... இப்போது புரிந்திருக்குமென நினைக்கிறேன்.

"பொன்னு லக்ஷ்மி" எங்கிருப்பாளோ? என் அனுமானங்கள் சரியாக இருந்தால், கண்டிப்பாக அவள் நான் முன்பு விவரித்த ஏதோ ஒரு இடத்தில்தான் இருக்க வேண்டும். சரி.. எனக்கெப்படி அவள் பெயர் தெரியுமென்று, யோசிக்கிறீர்களா? இது அவள் உண்மை பெயர் இல்லை. நகராட்சி அலுவலர்களின் கழிந்த வாரக் கணக்கெடுப்பின் படி, நகரத்தில், பொதுஇடங்களில் சுற்றித் திரியும் "மனநிலை பாதிக்கப்பட்டவர்களின்" எண்ணிக்கை பதிமூன்று. அதில் பகுதி நேர சமூக சேவகராகிய எனக்கு ஒதுக்கப்பட்டவள் தான் இவள். ஊரெங்கும் அலைந்து, அவளைக் கண்டுபிடித்து, அவள் இருக்கும் இடத்தை "மனநிலை காப்பகத்திற்கு" அறிவித்து விட்டால் இவ்வாரத்திற்கான "என் சமூக சேவை" சுமூகமாக முடிந்தது. நான் நல்லவனாக இருப்பதால் அவர்கள் விவரித்த அந்த உருவத்திற்கு "பொன்னுலக்ஷ்மி" என்று ஒரு இன்ஸ்டன்ட் பெயர் வைத்து, தெருத்தெருவாகத் தேடிக்கொண்டிருக்கிறேன். என்ன இருந்தாலும் அவளும் "மனிஷி" தானே. அவளுக்கும் ஒரு பெயர் இருந்துவிட்டு போகட்டுமே.

இருபத்தி ஒன்றாவது தவணை முடிந்த என்னுடைய "சொந்தக்(?)காரில்" தான் அவளைத் தேடிக் கொண்டிருக்கிறேன். அங்குமிங்கும் அலைந்து திரிந்து கண்டுபிடித்து விட்டேன் அந்த சொப்பனச் சுந்தரியை. கடற்கரையின் குடிநீர் சுவற்றின் அருகில், அதன் நிழலில், விவரிக்க முடியா ஒரு கோணத்தில் படுத்த நிலையில் குறுகிக் கிடக்கிறாள் அந்த "பொன்னுலக்ஷ்மி". ஒரு 28 அல்லது 30 வயதிருக்கலாம். சராசரி மனநிலையோடு நெருங்க முடியாத அழுக்கான உடம்பு, கூடவே

சிறு நாற்றமும். உடம்பின் அங்க அவயங்கள் தெரியாத ''பைஜாமா'' போன்ற ஒரே ஆடை. அடிப்புறத்தில் கூடுதலாக ஒரு பாவாடையும். அதில் லேசாக ஈரமாக இருப்பதுபோலிருந்தது. ''ஒன்றுக்கு'' இருந்திருக்கலாம். ஏராளமான ஈக்கள் மொய்க்க ''குப்பைத் தொட்டி ஜிலேபித் துண்டாய்'' துவண்டு கிடக்கிறாள் ''பொன்னுலக்ஷ்மி''. அவள் என்னைக் கண்டு கொள்ளவே இல்லை. மீண்டும் அவளைக் கவனித்தேன். அழுக்கேறிய முகத்தில் அழகான கண்கள். பெண்களின் கண்களை யாருக்குத்தான் பிடிக்காது.

அவளைக் குளிக்க வைத்து சுத்தப்படுத்திப் பார்த்தால், சில கோணங்களில் அழகாக இருப்பாளெனத் தோன்றியது. உடம்பில் ஆங்காங்கே சிறு சிறு காயங்கள். புத்தம் புது காயங்கள். ஆறிய காயங்களின் வடுக்கள். ஆறிக்கொண்டிருக்கும் காயங்கள். பூட்டிய வீட்டுக்குள் நுழைந்து ''கிளிகளை'' ருசி பார்க்கும், ''திருட்டு பூனைகள்'' நிறைந்த உலகமிது. அழுக்காக இருந்தாலும், சாலையில் கிடக்கும் ''சிறகில்லா கிளியை'' சும்மா விட்டிருக்குமா என்ன? கண்ணில் பட்ட காயங்கள் அனைத்தும் பூனைகளின் ''பரண்டல்களாகவே'' தோன்றியது. அவளைப் பார்த்த நிலையில் எனக்கு இப்படியெல்லாம் தோன்றியது. என் அடிமனதின் ''ஆண் வக்கரத்தினால்'' எனக்கு இப்படித் தோன்றியிருக்கலாம். நடந்த உண்மை வேறாகவும் இருக்கலாம். யாருக்குத் தெரியும். கடவுளுக்குத்தான் வெளிச்சம்.

காப்பகத்திற்கு போன் செய்து, நாங்கள் இருக்கும் இடத்தை விவரித்து அவர்கள் வருகைக்காக காத்திருக்கத் தொடங்கினேன். அவளை மீண்டும் கவனித்தேன். யாரோ, என்னவோ கொடுத்திருக்கிறார்கள். அதைத் தின்றுக் கொண்டிருக்கிறாள். என்ன அது? கேக்கா, வடையா? ஏதோ ஒன்று.. சரியாகத் தெரியவில்லை. கையில் வைத்து பிசைந்து, அடையாளம்

தெரியாத படி உருட்டி வைத்திருக்கிறாள். அவள் தலைமாட்டில் வைத்திருந்த துணி பொட்டலத்தைக் கவனிக்கிறேன். முழுவதும் ஆங்காங்கே பொறுக்கிய துணிகள். அழுக்குத் துணிகள். துணிகளுக்குள் துணி. ஒரு பிரிக்கப்பட்ட பிரட் பாக்கெட். ஒரு எவர்சில்வர் தட்டம். சில உடைந்த பிளாஸ்டிக் குப்பைகள். கண்ணில் பட்டது இவ்வளவுதான் உள்ளுக்குள் ''வேறு பலவும்'' இருக்கலாம்.

எவ்வளவு நேரம் ஆச்சு? இன்னும் ஏன் காப்பக காவலர்கள் வரவில்லை? கடற்கரையில் காற்று வாங்க வந்த இரு ''காலேஜ்'' பெண்கள், ''பொன்னுலக்ஷ்மி''-க்கு அருகிலிருக்கும் என்னை ''ஒரு மாதிரி'' பார்த்துக்கொண்டுச் சென்றனர். சற்று தூரத்தில் வேர்கடலை விற்றுக் கொண்டிருந்தவரும், அடிக்கடி என்னைத் திரும்பிப் பார்ப்பது போல் தோன்றியது. நேரம் வேறு போய்க்கொண்டேயிருந்தது. எவ்வளவு நேரம்தான் இப்படியே இருப்பது. லேசான அருவெறுப்பும், அசௌகரியமும் என்னை சூழ்ந்து கொண்டது.

காப்பகக் காவலர்களுக்கு எல்லாவற்றிலும் ''ஒரு அலட்சியம்''. ஒரு மனிதன் சமூகச்சேவை செய்வதற்கு எவ்வளவு இடையூறு பாருங்கள். தீடீரென்று ''இந்தியாவின் எதிர்காலத்தை'' நினைத்து ''பெருங்கவலை'' கொண்டேன். சற்று தூரம் விலகி பொன்னுலட்சுமிக்கும் எனக்கு சம்பந்தமில்லாத ஒரு இடைவெளியில் நின்று கொண்டேன். அன்பு இல்ல காவலர்கள் வந்ததும் ''காப்பகத்தின் பெயர், லோகோ மற்றும் வண்டியுடன்'' போட்டோ எடுக்கும் கோணங்களை மனதிற்குள் முடிவு செய்துகொண்டேன். கேமராவின் செயல்பாட்டையும் பரிசோதித்துக் கொண்டேன். முக நூலில் போட்டோ இடும் போது, டேக் செய்து இணைக்க வேண்டிய ''பெண் நண்பர்களின்'' பெயர்களை மனதிற்குள் நினைத்துக் கொண்டேன். வண்டி வரும் என்று எதிர்பார்த்த வேளையில்தான், பாக்கெட்டில் இருந்த போன் அலறித் துடித்தது. காப்பகத்திலிருந்து

இருக்கலாம். யோசனையோடு போனை எடுத்தேன். எதிர்முனையில் என்னவள். அன்பு மனைவி, ஆசைத் துணைவி.

ஆவலோடு போனை எடுத்தேன்.

"ஹலோ... சொல்லுடா."

"........."

"ஆமா டா.. கண்டு பிடிச்சிட்டேன். பீச்சுல இருக்கேன். அவங்களுக்காக வெய்ட் பண்ணிட்டு இருக்கேன்.

"........."

பாவம் தான்.. பார்க்கவே கஷ்டமா இருக்கு. ஏதோ நம்மால முடிஞ்சத... நம்ம பண்ணுவோம்.

"........."

அவங்க வந்த உடனதான் போட்டோ எடுக்கணும். இப்ப எடுத்து வேஸ்ட்... அம்முகுட்டி எழும்பிட்டாளா?

"........."

சரி... சரி... அப்பா இப்ப வந்திருவான்னு சொல்லு... உனக்கு வயிறு வலி எப்படி இருக்கு. ஈவ்னிங் மூவி போலாம் லா.....

"........."

"அதெப்படி மறப்பேன்... வரும் போதே வாங்கி கார்ல வச்சிட்டேன்... அல்ட்ரா சைஸ்ல... நம்பர் த்ரீ வாங்கியிருக்கேன்."

"........."

தெரிசை சிவா

ரெம்ப வலிக்குதுன்னா டேப்லெட் வேணா போட்டுக்க வேண்டியதுதானே?

"........."

சரி டா... மேக்சிமம் ஒரு ஒன் ஆவர்ல வீட்ல இருப்பேன். ஓகேவா.. வச்சிரு..

"......."

"லவ் யு டூ... பை.."

போனை வைத்து விட்டு, மீண்டும் அவளைக் கவனித்தேன். லேசாக இடம் மாறி, அப்படியே இருந்தாள். சுற்றிப்பறந்த ஈக்களின் எண்ணிக்கை மட்டும் கூடியிருந்தது. சற்று எரிச்சலுற்று, காப்பகக் காவலர்களுக்கு மீண்டும் போன் செய்யலாமென்று நினைத்த போதுதான், தூரத்தில் அவர்களின் வேன் வந்து கொண்டிருந்தது. டிரைவரும், இரண்டு பெண் காவலர்களும் வேனுக்குள் இருந்தனர்.

கேமராவை ஆன் செய்து கொண்டு, அவர்கள் அருகில் சென்று கையசைத்தேன்.

"என்னக்கா... லேட் ஆயிட்டு"

"நீங்க போன் பண்ணும் போது இன்னொரு ஆளை தூக்கிட்டு இருந்தோம் தம்பி.. அதை கொண்டு காப்பகத்துல போட்டிட்டு..... உடனே ஓடி வாரோம்.."

"சரிக்கா... வாங்க" – என்று கூறி,

பொன்னுலக்ஷ்மியை அடையாளம் காட்டி, போட்டோ எடுக்கும் சரியான கோணத்தில் நின்று கொண்டேன்.

இருவரும் அவளை நெருங்கினார்கள். தன்னை என்னவோ செய்ய போகிறார்கள் என்ற பரிதவிப்பில் 'பொன்னுலக்ஷிமியின்' முகத்தில் லேசான கலவரம். அவளுடைய துணிப்பையை ஒதுக்கித் தள்ளினார்கள். தட்டமும், பிரட் கவரும் துண்டு, துண்டாக கிழிக்கப்பட்ட துணிகளோடு கிழே விழுந்தது. இரண்டு காவலர்களும் சேர்ந்து ''பொன்னுலக்ஷ்மி''-யைத் தூக்கினார்கள். சிறிதாக அரண்டு, வெகுண்டு நெளிந்தாள் ''பொன்னுலக்ஷ்மி''-. பெரிதாகப் பயந்ததாகத் தெரியவில்லை. அவள் ஒரு அரைமயக்க நிலையில் இருப்பது போலிருந்தது. அந்த நேரத்தில்தான் கவனித்தேன். அவள் பாவாடையின் அடிப்புறத்தில் உறையாத ரத்தத்தின் திரடுகள் வடிய ஆரம்பித்தது. ஏற்கனவே கால்முட்டியில் வடிந்த, உறைந்த, 'ரத்த தீற்றலின்' அடையாளங்கள். பெண்காவலர்கள் இருவரும் தங்களுக்குள் ஏதோ ''கமுக்கமாக'' பேசிக்கொண்டார்கள். சுற்றும் முற்றும் பார்த்து ''எதையோ'' தேடினார்கள்.

எனக்கும் அவர்கள் தேடுவது லேசாகப் புரிந்தது. பரிதாப உச்சியின் பரிதவிப்பு என் நெஞ்சமெங்கும் படர்ந்தோடியது. ஒரு பெண்ணை அதுவும் இப்படிப் பார்த்தால் யாருக்குத்தான் மனமிறங்காது. ஒரு மாதிரி காண சகிக்காத அசௌகர்ய மனநிலை. நான் நல்லவனாக இருந்தாலும், கெட்டவனாக மாறி ''மோசமான வார்த்தைகளால்'' கடவுளைத் திட்ட வேண்டுமென்று தோன்றியது. ஏதோ நினைவில் சட்டென்று காருக்குள் சென்று, மனைவிக்காக வாங்கிய ''அந்த பொருளை'' எடுத்து, அப்பெண்காவலர்கள் முன் நீட்டினேன். அதை அவர்கள் சற்று தயக்கத்தோடு வாங்கி, ''பொன்னுலக்ஷ்மி''- யை தூக்கிக்கொண்டு வேனுக்குள் ஏறினார்கள். எந்த போட்டோவும் எடுக்காததால் என் கேமரா தானாகவே அணைந்து கொண்டது.

அன்றிலிருந்து என் ''சமூகசேவை'' புகைப்படங்களை நான் பேஸ்புக்கில் இடுவதே இல்லை.

மாங்காமடையன்

மகள், மருமகன், உற்றார் உறவினர் என யார் பேச்சையும் கேட்காமல் கிளம்பிக் கொண்டிருந்தாள் மணிமேகலைக்கிழவி. பலவருடமாய் உபயோகத்திலிருக்கும் தோசைக்கல்லின் நிறமுடைய, ஈட்டிப் பலகையில் செய்த அலமாரியைத் திறந்தாள். கரப்பான் பூச்சி வராமலிருக்க போடப்பட்ட, ''பாச்சா'' உருண்டைகளின் வீரிய மணம் உள்நாசியில் சுள்ளென்று ஏறியது. அதர பழைய மூக்குக் கண்ணாடியை, கைகளால் சரிசெய்து கொண்டே அலமாரியில் சேலையைத் தேடினாள். இருப்பதில் சிறந்ததாய் கண்டெடுத்த சந்தன நிறத்தில் அரக்கு நிற பார்டர் வைத்த காட்டன் சேலையுடுத்தி, முடிகுறைந்த பின் மண்டையில் ''திருப்பனைச்'' செருகி, கொண்டை போடுமளவிற்கு உருட்டித் திரட்டினாள். ஆறு வருடத்திற்கு முன்பு இறந்துபோன கணவன் வேலுப்பிள்ளையின் புகைப்படத்திற்கு முன்பு நின்று ஏதோ வேண்டினாள். அரங்கில் வைக்கப்பட்டிருந்த திருவிளக்கையும், சாமிப் படங்களையும் கும்பிட்டுக் கொண்டு, நெற்றியில் திருநீற்றுக் குறிட்டாள். பலவருட உபயோகிப்பில் கால் தடம் பதிந்த செருப்பைத் தேடி எடுத்து, தூசு தட்டும் போதுதான் மகள்

கவிதா கோபம் தெறிக்க அவள் முன் வந்து நின்றாள்.

''எம்மா.. உனக்கு கொஞ்சமாவது உழுக்கிருக்கா?''

மணிமேகலை எதுவும் பேச வில்லை. தோல் சுருங்கிய கிழட்டுப் பாதங்களை செருப்புக்குள் நுழைக்க முயற்சித்துக் கொண்டிருந்தாள்.

''எம்மா... நான் உன்ட தான் கேக்கேன்... நாங்க இவ்வளவு பேரு சொல்லுகோம்... உனக்கு உன் மகன்தான் பெருசா...''

மணிமேகலை அண்ணாந்து ஒரு ஏக்க பார்வை வீசினாள். கவிதா கொதிக்கும் உலைபானையாய் கோபத்தைக் கொட்டினாள்.

''நீ அந்த மகனுக்கு அம்மைல்லா....... நாங்க சொன்னா கேக்கவா போற... என்னெல்லாம் சொன்ன..... அவன் என்னை பாக்க மாட்டங்குகான்... போன் பேச மாட்டங்குகான்... என்னா..ஏதுன்னு.. ஒரு வார்த்தை கேக்க மாட்டங்குகான்.... இந்த வீட்டுநடையை சமுட்டி மூணு வருஷம் ஆகுது... பொண்டாட்டி தாசனா இருக்கான்... நான் செத்தாலும் அவன் இந்த நடைக்கு வரப்பிடாது.... என்னெல்லாம் சொன்ன... இப்பம் எல்லாம் மறந்திட்டு... அந்த ''மாங்காமடையன்'' போன் பண்ணிக் கூப்பிட்டானாம்.. இவ அலங்காரம் பண்ணிட்டு போறாளாம்...

மகனின் ''மாங்கா மடையன்'' என்ற சிறு வயது கிண்டல் பெயரைக் கேட்டதும், சிறிதாக கோபமுற்றாள் மணிமேகலை.

''அவனை மாங்கா மடைன்யன்னு சொல்லாததேன்னு பலதடவை சொல்லியிருக்கேன். நீ அவனுக்கு தங்கச்சிதாங்கறத.. மறந்துறாதா''

''மாங்கா மடையன்னு நான் வச்ச பேரா... சின்ன பிள்ளைலேயே ஊரு வச்ச பேரு...''

''ஊரு சொல்லட்டும் மக்கா... அண்ணன நீ அப்படி சொல்லலாமா?''

''சரிம்மா... சொல்லலை... நான் கேக்குறதுக்கு மட்டும் பதில் சொல்லு... அவன் கல்யாணத்துக்கு அப்புறம்... எனக்கு அண்ணன்னா இருந்திருக்கானா? அத மட்டும், உன் நெஞ்சுல கையை வச்சு சொல்லு...''

வழக்கறிஞர் இல்லாத ''கிராமத்தான்'' நீதிமன்றத்தில் வாயடைத்து நிற்பதைப் போல் நின்று கொண்டிருந்தாள் மணிமேகலைக்கிழவி.

கவிதா சின்ன வயதிலிருந்தே அப்படித்தான். கோபக்காரி. வாயாடி. இக்கரையில் விதைத்தால், அக்கரையில் முளைக்கும் புத்தி சாதுர்யம். அம்மான்னா உயிர். பஞ்சாயத்துத் தலைவராய் இருந்து, ஊரை பயமுறுத்திய வேலுப்பிள்ளைக்கு கூட, மகள் கவிதான்னா ஒரு பயம். அப்பாச் செல்லமும் கூட. பாயிண்டு பாயிண்டாய் அவள் கேட்கும் கேள்விகளுக்கு, அண்ணன் மகேஷ் உட்பட, குடும்பத்தில் யாரிடத்திலும் பதில் இருக்காது. அப்படிப்பட்ட ஒரு மரண அவஸ்தையிலிருந்தாள் மணிமேகலைக் கிழவி.

''மக்கா... இப்படி தாறுமாறா பேசாதா.. அவன் நல்லவன்தான்.. வந்தவ சரியில்லை.. அதுக்கு அவன் என்ன செய்வான்.. என்ன இருந்தாலும் அவன் எனக்கு மகன்லா... அண்ணன் என்ன செய்வான்..?.''

''அண்ணணா... யாரது... அப்படி ஒருத்தன் முன்னால இருந்தான்... எப்ப கல்யாணம் கழிஞ்சு... வீட்டோட மாப்பிளையா.. போனானோ.. அப்பவே அண்ணன் செத்து போயிட்டான்..''

மணிமேகலைக் கிழவிக்கு சுருக்கென்றிருக்க... சற்று குரலை உயர்த்தி பேசினாள் மகளிடம்.

''எட்டி... இப்படி தானமானமா.. பேசாத... நான் மண்டையை போட்டா... எனக்கப்புறம் உனக்கு இருக்குற ஒரே சொந்தம் அவன்தான்..''

''பெரிய சொந்தம்.... நீதான் மெச்சிக்கணும்.... அப்பா செத்த வீட்டோட

நாலு நாளையில போனவன். அப்புறம் நாப்பத்தொன்னுக்கு, காலைல வந்திட்டு மத்தியானம் போனவன்தான்.. அப்புறம் ஒரு தடவை வந்திருப்பானா... என்ன விடும்மா... உள்ளூருல கட்டிக் கொடுத்தாலும்.. என் மாப்பிளை, என்னை ''ராஜாத்தி'' மாறிதான் வச்சிருக்கேரு... உன்ன பாக்க வந்திருப்பானா.... நீ உயிரோடு இருக்கும் போதே வரல... நீ போன பொறவா வந்து கிழிக்கப் போறான்...''

ஆசிரியர் கேள்விக்கு பதில் தெரியாத பள்ளிச் சிறுமியாய் திணறினாள் மணிமேகலைக் கிழவி...

''மக்கா... ஆயிரம்தான் இருந்தாலும் அவன் என் மகன் பார்த்துக்கோ.. அவன் கூப்பிட்டிருக்கான்... நான் போகத்தான் செய்வேன்..''

''போ... நல்ல போ... வேணும்னா.. இடுப்புல தூக்கி வச்சி கொஞ்ச வேணும்னாலும் செய்யி...... ஆனா... அவன் எதுக்கு உன்ன கூப்பிடுகான்னு எனக்குத் தெரியும்... உன்னைய அவன் பைத்தியக்காரின்னு நினைச்சிருக்கான்.. எப்பவும் போல போய் ஏமாந்துட்டு வா... எத்ர தடவை பட்டாலும்... உனக்கு புத்தி வராது''

கவிதாவின் சூட்சமப் பேச்சால், நெற்றியைச் சுருக்கினாள் மணிமேகலை. பின் சந்தேக முகத்தோடு கவிதாவிடம் கேட்டாள்.

''அவன் என்னத்த ஏமாத்த போறான்? சொல்லு...''

''அதை நான் ஏன் வாயால சொல்ல மாட்டேன்... அங்க போ... உனக்கே தெரியும்...''

''என்னதுடி... விசயத்தை சொல்லு..... மனசில உள்ளத சொல்லு...'' மணிமேகலை வற்புறுத்தினாள்.

முகமெங்கும் ஒரு ஏளனப் புன்னகையோடு கவிதா தொடர்ந்தாள்.

''நம்ம ரோட்டுக் கடை லீசு.. அஞ்சுவருசம் கழிச்சு, இந்த வருஷம் முடியில்லா... அதை எழுதிக் கேக்கதான் கூப்டுகான்''

''லீசு இந்த வருஷம் முடியுதா...என்று சிறிதான ஆச்சர்யத்தோடு கேட்டுவிட்டு மணிமேகலை தொடர்ந்தாள்.

''சரி.. அப்படியே இருக்கட்டும்... இது ஏற்கனவே முடிவு செய்தது தாலா... வீடு உனக்கும்... கடை உங்க அண்ணனுக்கும்னு... அவன் கேட்டா எழுதி கொடுத்திட்டு போறேன்...''

''அம்மா... தாயே... அவனுக்கு கடைய எழுதி கொடு.. வேணும்னா இந்த வீட்டையும் எழுதி கொடு.. எனக்கு ஒரு சல்லிக்காசு வேண்டாம்... ஆனா.. ஏமாளியா மட்டும் இருக்காதா... முந்தியே அப்படிதான்.... ஸ்கூலுக்கு பீஸ் கட்டுதுல, தொடங்கி காதலிச்சு கல்யாணம் பண்ணினது வரை உன்னை எப்டிலாம் ஏமாத்தியிருக்கான்... அப்பாட்டையும், யான்டையும் அவன் வேலைய காட்டவே மாட்டான்.. நீன்னா மட்டும், அதையும் இதையும் சொல்லி, உன்ன எப்படியோ ஏமாத்திருவான்.... நீயும் தெரிஞ்சே ஏமாருவ... அதுதான் ஏன்னு எனக்குப் புரியல..''

புறப்படும் தொனியோடு மணிமேகலை பதில் சொன்னாள்.

அது... நீ...... ''மகன்''-ன்னு ஒண்ணு பெத்து வச்சிருக்கேல்லா.... அவன் வளரும் போது உனக்கு புரியும் -என்று சொல்லி விட்டு வீட்டை விட்டு வெளியேறி, மகன் வீட்டுக்குச் செல்லும் பஸ்சிலேறி அமர்ந்தாள் மணிமேகலைக்கிழவி.

அந்த நகரத்தின் பிரதான பகுதியிலிருந்தது மகேசின் மனைவியின் வீடு. அம்மாவைப் பார்த்த சந்தோஷத்தில் திளைத்து மகிழ்ந்தான் மகேஷ். இடைவிடாத வேலையின் பொருட்டே அம்மாவைக் காண அங்கு வர இயலவில்லையென்றும், அம்மாவை நினைக்காத நாளில்லையெனவும்

''ஆசாபாசம்'' காட்டினான் மகன். மருமகள் வசந்தாவும் அத்தை அத்தையென சிரித்துப் பேசிக் கொண்டாள். சம்மந்திவீட்டாரும் தங்கள் பங்கிற்கான விருந்தோம்பலை வாரியிறைத்தனர்.

ஏழு வயது பேத்தி ஆச்சியோடு ஒட்டிக் கொண்டாள். ஆச்சி என்றழைக்காமல் ''கிரான்மா'' என்று பேத்தி அழைப்பது மணிமேகலைக்கு பூரிப்பைக் கொடுத்தது. பேத்தி படிக்கும் ''ரைம்ஸ் பாடல்கள்'' பாட்டிக்கு என்னவென்று புரியாமல், ஏதேதோ நினைத்துச் சிரித்தாள். முச்சந்தி மண்ணெடுத்து உப்பும், மிளகாய் வத்தலும் சேர்த்து, பேத்திக்கு ''சுற்றிப்'' போட்டாள். பாசப் பிணைப்பில் வீடே அதோகளப் பட்டது. அனைவரின் அன்பு மழையில் நனைந்து, பாசக்கடலில் மூழ்கித் திளைத்தாள் மணிமேகலை.

இரண்டொரு நாட்கள் வேகமாக நகர, நிறைவான மனதோடு மகனையும், குடும்பத்தினரையும் கண்டு, களித்து, உண்டு உறங்கினாள் மணிமேகலைகிழவி. நெடுநாட்களாய் மனதிற்குள் உருத்திக் கொண்டிருந்த ''நெருஞ்சிமுள்'' வெளியே வந்தது போலிருந்தது. ஆண்டாண்டாய் மாற்றாமல் கிடந்த மூக்கு கண்ணாடியையும், செருப்பையும் மாற்றிக் கொடுத்தான் மகன். மனநிறைவின் பேரானந்தத்தில் நிம்மதி பெருமூச்சு விட்டாள் மணிமேகலை.

மகன் ''ரோட்டு கடையை'' எழுதிக் கேட்கும் முடிவுடன் இருக்கிறானா? – என்று பார்த்தாள். அவன் அது பற்றி எதுவும் கேட்க வில்லை. கொஞ்சம் பெருமிதம் அடைந்தாள். இருந்தாலும் ''மக்கா.. நான் போயிட்டு வாரேன்னு'' சொல்லி விடைபெறும் போது, ''அம்மா அந்த சொத்த எழுதி தான்னு'' கேட்டுவிடுவானோ என்ற பயம் அவளுக்குள் இருந்தது. அனுபவித்துக் கொண்டிருக்கும் மகன் பாசம், வெறும் ''மாயை'' ஆகி விடுமோ- என்ற பயம் அவள் நெஞ்சுக் குழியை அடைத்தது. அவன் மனதில் ''அந்த சொத்தை'' பற்றிய தவிப்பிருந்து, அவனாக கேட்கும் முன்,

நாமாக கேட்டு விடுவோம் என்ற முடிவுக்கு வந்திருந்தாள் மணிமேகலை.

அடுத்த நாளின் ஒரு வசதியான நேரத்தில், அவளாகவே மகனிடம் பேச்சை ஆரம்பித்தாள்.

"மக்கா.. எனக்கும் வயசாயிட்டு... கடை லீசு இந்த வருஷம் முடியுது பார்த்துக்கோ.. உனக்கு வசதி பட்ட நேரத்துல அங்க வந்தென்னா... உன் பேருல மாத்தி எழுதிரலாம்... பார்த்துக்கோ...."

மகேசின் முகமெங்கும் மந்தகாசப் புன்னகை. பற்றிப் படர்ந்தெரியும் ''சொக்கப்பனையின்'' பிரகாசம்.

"நானே.. உண்ட எப்படி கேக்கலாம் இருந்தேன் மா... நாளைக்கு நான் வாரேன்... நாளைக்கே முடிச்சிருவோம்..." – என்று மகேஷ் பட்டென்று சொல்ல, சில நாட்கள் வெளியே வந்திருந்த ''கூரிய நெருஞ்சி முள்'' மீண்டும் மணிமேகலையின் இதயத்தில் குடியேறிக் கொண்டது.

இரவெங்கும் தூங்கிய கண்களோடும், தூங்காத மனமோடும் எழுந்திருந்தாள் மணிமேகலை. மகனும், மருமகளும் உற்சாகமாக ''பத்திரப்பதிவு'' அலுவலகத்திற்கு கிளம்பிக் கொண்டிருந்தனர். பேத்தியும் பிரமாதமாக கண்ணாடி முன் நின்று அலங்காரம் பண்ணிக் கொண்டிருந்தாள். அம்மாவிற்கு மகன் ஒரு ''புதுச்சேலை'' எடுத்துக் கொடுத்திருக்க, அதையணிந்து மணிமேகலையும் கிளம்பியிருந்தாள். வெளியே வந்த பேத்தி, ஆச்சியை ஆச்சர்யத்துடன் பார்த்தாள்.

''கிரான்மா.. அம்மாவோட சாரி... உங்களுக்கு சூப்பரா இருக்கு... அம்மாவுக்குதான் இந்த கலர் பிடிக்கவே இல்லைன்னு'' - சட்டென்று கூற,

மணிமேகலையின் இதயத்தில் குடியேறிய நெருஞ்சி முள், கடப்பாறையாய் மாறி இதயத்தை துளைத்தது.

‘‘எந்நேரத்திலும் நாம் அழுதுவிட வாய்ப்புண்டு’’ – என்ற அளவிற்கு சோகம் மணிமேகலையின் நெஞ்சத்தை உலுக்கியது. எதையும் வெளியே காட்டிக் கொள்ளாமல், மனமெங்கும் சோகம் நிரம்ப, எல்லோருடன் சாலையில் நடந்தாள் மணிமேகலை. புதிய செருப்பு காலை கடிப்பது போன்றிருந்தது. மூக்கு கண்ணாடி மூளையை அழுத்துவது போலிருந்தது. உள்ளே அழுது கொண்டிருந்தாள். வெளியே கண்ணீர் இல்லை.

சார் பதிவாளர் அலுவலகத்தில் எல்லோரும் பரபரப்புடன் இருந்தனர். மகேசுக்கும் சிறு பதட்டம் இருந்தது. அம்மாவின் பாசப்பிணைப்பை ‘‘பணையம்’’ வைத்து, நடக்கும் இந்த ‘‘அவசர பத்திர பதிவு’’, தன் தங்கை உட்பட அனைத்து குடும்பத்தினருக்கு சுத்தமாக பிடிக்காது என்பது அவனுக்கு நன்றாகத் தெரியும். கையெழுத்திடும் போதெல்லாம் திரும்பி, திரும்பி பார்த்துக் கொண்டான். எந்த வித பதட்டமுமின்றி மணிமேகலை கையெழுத்திட்டாள்.

எல்லாம் ஐந்தாறு நிமிடங்களில் நடந்தது. மகேஷ் அம்மா வீட்டுக்கு செல்ல ஆட்டோ ஏற்பாடு செய்திருந்தான். இச்சூழ்நிலையில் தான் வீட்டுக்கு வந்தால் தங்கைக்கும், தனக்கும் ‘வாக்குவாதம்‘ வருமென்றான். மணிமேகலையும் வற்புறுத்த வில்லை. பேத்திக்கு முத்தமிட்டு, டாட்டா காட்டி, ஏதோ ஒரு தெளிவான மனதுடன் வீட்டை நோக்கிப் பயணித்துக் கொண்டிருந்தாள் மணிமேகலை.

அம்மாவை வழியனுப்பி வைத்துக்கொண்டு, பதிவு முடிந்த பத்திர நகலை எதேச்சையாய் சரி பார்க்கும் போதுதான் அம்மா கையெழுத்திட்ட ‘‘அந்த வார்த்தையை’’ கவனித்தனர் மகேசும், மருமகளும்.

அது மணிமேகலை என்பதற்குப் பதிலாக ‘‘மாங்காமடையன்’’ என்றிருந்தது.

முத்தம்

இன்று போனதும் ஒரு முத்தம் கொடுத்து விட வேண்டுமென்ற தவிப்புடனேயே வீட்டை நோக்கிப் பயணித்துக் கொண்டிருந்தேன். பஸ் கன்னியாகுமரியிலிருந்து கிளம்பியிருந்தது. அதிகாலை வேளையென்பதால் இதமான குளிர் எல்லா இடமும் வியாபித்திருந்தது. பஸ் திரும்பும் போது, சற்று முன்பு நான் குளித்த "கடல்" பார்வைக்குக் கிடைத்தது. வடசேரி சந்தைக்கு வேலைக்குச் செல்வோரை தவிர, வெகு சிலரே பஸ்ஸில் இருந்தனர். வீட்டுக்குச் செல்ல எப்படியும் ஒரு மணிநேரம் ஆகுமென மனது கணக்கிட்டு, கூடவே இன்று போனதும் ஒரு முத்தம் கொடுத்துவிட வேண்டுமென்று ஆசை, மனதை அல்லோலப்படுத்தியது.

ஐம்பத்தியிரண்டு வயதில் திடீரென்று வந்த ஆசை. எந்த உந்துதலில் இந்த ஆசை இப்போது துளிர் விட்டது என்பதை விளக்க இயலவில்லை. இருந்தும் அவளை முத்தமிட வேண்டும் என்ற நினைப்பு மட்டும், அடங்கி ஆர்ப்பரிக்கும் கடலலை போல் மீண்டும், மீண்டும் வந்து கொண்டே இருந்தது. நினைவுகள் ஒரு மனிதனின் ஜீவாதாரம். நன்றாக சிந்தித்தால்

காதல், காமம், இன்பம் என்ற அனைத்து சுகத்தையும், உடம்பு அனுபவிப்பது மணித்துளிகளில்தான். ஆனால் அந்த பரவச நினைவுகள் இருக்கிறதே... அப்பப்பா... நேரம் கிடைக்கும் போதெல்லாம் நினைத்து, நினைத்து ஆனந்தப் படலாம். இன்பத்தின் உச்சம் என்பது, அது இடைவிடாமல் நினைக்கப்படும்போதுதான். இனிய நினைவுகளின் சேர்க்கை ஒரு முதிர்ந்த மனிதனையும் இளமையாக்குகிறது. அந்த ''நினைப்பு'' பரவசத்தின் உந்துதல் கூட ''இந்த முத்த ஆசைக்கு'' ஒரு காரணமாக இருக்கலாம். எதுவாய் இருப்பினும் இன்று அவளை முத்தமிட வேண்டும், என்ற உறுதி மட்டும், நெஞ்சமெங்கும் தங்கி இருந்தது..

எத்தனை நாளாயிற்று. நெற்றியை சுருக்கி, கன்னப்பரப்பில் வளர்ந்திருந்த நாலைந்து நாள் தாடி அழுத்தமாய் தேய்த்துக் கொண்டே யோசித்தேன். கடைசியாய் அவளுக்கு முத்தம் கொடுத்து எத்தனை நாளாயிற்று. மனதிற்குள் நாட்களை நிலை நிறுத்தி எண்ணினேன். கைவிரல்கள் தன்னிச்சையாய் ஆடி ''எண்ணுவதற்கு'' உதவியது. அன்றொருநாள் ஏதோ ஒரு கல்யாணத்திற்கு கிளம்பும் போது, புத்தாடையில் மல்லிகை பூ வைக்க, கண்ணாடியின் முன் நின்று, அவள் கையை உயர்த்தும் போது, எனக்குள்...ஒரு சின்ன ஆர்ப்பரிப்பு. மல்லிகைபூ வசமா? அல்லது அவள் குளித்த வாசமா? எதுவென்று தெரியவில்லை. ஆனால் ஏதோ ஒன்று ''முத்தடா'' அவளை என்று கட்டளை பிறப்பித்துக்கொண்டே இருந்தது. ஓடிச்சென்று ஒரு முத்தம்.. அதுவும் கன்னத்தில் இல்லை. கன்னத்திற்கும், காது மடல்களுக்கும் இடைப்பட்ட இடத்தில். பட்டென்று சிரித்து, விலகி ஓடினாள். முத்தக்குறி தவறிவிட்டதை சரி செய்யும் நோக்கில், மீண்டும் படையெடுத்தேன்.

''என்ன இது... வயதான நேரத்தில்....'' - என்றாள்.

''உனக்கு வயசாகலையே'' – என்றேன்.

"பாருங்க... எனக்கும் வயசாயிட்டு.."- என்று காதோர நரை முடிகளை காட்டினாள்.

"எங்க... காட்டு.. வா.. வயசாயிட்டான்னு பாக்குறேன்னு.."- அழகுகளைத் தீண்டினேன்.

"மீசை நரைத்தாலும், ஆசை நரைக்காது என்பது உண்மைதான்" - என்றாள்.

"அதான்.... உன் மீசை நரைக்கலையே" - என்றேன்.

"எனக்குதான் மீசையே இல்லை..."- யென்று தப்பி ஓடினாள்..

பின்புறமாய் சென்று "ஒன்றே ஒன்று" - என்றேன்..

"அய்யோ.. நேரம் காலம் தெரியாம விளையாடிட்டு....குட்டிம்மா இப்ப வருவாள்" - என்றாள்..

"அவள் இப்போதுதான் குளிக்க சென்றாள்..." -என்று நெருங்கினேன். சுற்றம் முற்றும் பார்த்து யாரும் இல்லையென்று ஊர்ஜிதம் செய்த பின்பு முத்தமிட அனுமதித்தாள். என் உலகிற்குள் அவளை சுற்றி வளைத்து முத்தமிட எத்தனித்த போது தான், குளியலறையிலிருந்து மகள் வெளிப்படும் சப்தம்.

அரைகுறையாய் ஒரு முத்தம் வாங்கி அப்படியே ஓடினாள் யமுனா.. இம்ம்... அதுதான் கடைசியாய் கொடுத்த முத்தம்.. ஒரு இரண்டு, மூன்று வருடம் இருக்கும். இன்று எப்படியும் முத்தமிட வேண்டும்.

வயதான காலத்தில் காதலிப்பதும், காமம் செய்வதும் கஷ்டமாகத் தோன்றியது. நான் கூறுவது உடலளவில் ஏற்படும் இயலாமையைப் பற்றி அல்ல. காமமும், காதலும் சரிவிகிதத்தில் மனதினுள் கலக்கப்படும்போது

திமில்

எல்லோருக்கும் உடல் ஒத்துழைக்கும். ஆனால் அவ்வாறு கலப்பதற்குரிய "சூழ்நிலை" உருவாவதில் இருக்கிறது சிக்கல். மீண்டும் மீண்டும் கூடி, ஆடிகளித்த உடம்பானது, குறிப்பிட்ட காலத்திற்கு பின்பு, காதலுக்கும், காமத்திற்கும் சரி வர உதவுவதில்லை. ஒரு மாதம் "ரசகுல்லாவை" மட்டும் ஒருவனுக்கு உணவாய் கொடுத்து, பின்வரும் நாட்களில் "ரசகுல்லாவை" ரசனையோடு பார்க்க முடியாத ஒரு திகட்டுச் சலிப்பு வருமே. அது மனித உடம்பிற்கும் பொருந்தும். அதே உடலும் அதே உடலும், மீண்டும் மோதுவதால் வரும் சலிப்பு. அதே உதடும் அதே உதடும், மீண்டும் முத்துவதால் வரும் சலிப்பு. வயதாக, வயதாக வரும் சலிப்பு. உடம்பின் உரசல்களால், உணர்ச்சிகளை எழுப்ப முடியாத ஒரு சலிப்பு.

அந்த நிலையில்தான், அந்தரங்கத்தேவை ஏதுமில்லா "ஒரு மனம் சார்ந்த காதல்" மெதுவாக மலரத் தொடங்கும். அம்மாதிரியான காதலுடன், "ஒத்திசைந்த மனங்கள்" நினைத்தால், வயோதிகம் "காதல் விளையாட்டி"ற்கு தடையே இல்லை.

எனக்கும், யமுனாவிற்கும் உள்ள ஈர்ப்பு அம்மாதிரியானது. நாற்பதை கடந்த பின்பும், என் இதய வீட்டின் தேவதை அவளே. காதோர சில நரை முடிகளும், கழுத்தோர ஆரம்ப சுருக்கங்களும், என் ஆண்மையை இப்போதும் உயிர்ப்புடனேயே வைக்கின்றன. காதலித்த நாள் தொடங்கி, இன்று வரை என் நீள, அகலங்களை நிர்ணயம் செய்பவள் அவளாகவே இருக்கிறாள்.

யமுனா... யமுனா... யமுனா... எப்படி என் வாழ்வுக்குள் வந்தமர்ந்தாய் நீ.....

கல்யாணமான ஆரம்ப நாட்களில், முத்தமிடும் போதெல்லாம் அவள் கண்கள் சிலந்தி வலையில் சிக்கிய பட்டாம் பூச்சியாய் சிறகடிக்கும். பின்

சிறிது நேரத்தில் முத்தச் சுகத்தில் கரு விழி மேல்நோக்கி மறைந்து, இமை மூடும். கையகல மார்பு செழிப்பில், கழுத்தோர காது மடல்களில் புதைந்து கிடக்கிறது,அவள் புலன்களைத் திறக்கும் சாவி.

இளமையில் நடந்தவை இம்சையாய் இதயத்தை வருடியது. காதலித்த நாட்கள்,புதுவீட்டில் இருவராய் குடியேறிய மணித்துளிகள், கட்டிப்பிடித்த தருணங்கள்,உடைகள், உலகம் மறந்து இயங்கிய கட்டில் பொழுதுகள், மகள் பிறந்த நிமிடங்கள், மகள் கல்யாணம் முடிந்த தருணங்கள் – என எல்லாவும் மனக்கண்ணில் காட்சிகளானது. காதல் நிரம்பி, காமம் பொங்கிய நிமிடங்களென அடுத்தடுத்து காட்சிகள், கண் முன்னே நிறைந்தது..

யமுனாவின் நினைப்பாகவே இருந்தது.

என்னவளை இன்று எப்படியும் முத்தமிட வேண்டும்.

நாகர்கோவில் தாண்டிச் செல்லும் பஸ், பறந்து செல்லாதா என்று தோன்றியது.

எப்படியல்லாமோ தவிர்க்க நினைத்தும், அழையாய் விருந்தாளியாய் அந்த "முத்த நினைப்பு" மட்டும் மீண்டும், மீண்டும் வந்து கொண்டே இருந்தது. கண் முன்னே நடக்கும் காட்சிகளாய் "பழைய நினைவுகள்" என் முன்னே தெரிந்தது..

யமுனா, அப்படியொரு அழகு பதுமையெல்லாம், இல்லை. இருந்தும் பத்து பெண்கள் நிற்குமிடத்தில், அவளை மட்டும் கவனிக்க வைக்கும் ஒரு வித "கவர்ச்சி ஈர்ப்பு" அவள் உடல் மொழியில் இருந்தது. எதேச்சையாய் பார்த்துக் கடந்தாலும், ஏதோ ஒன்று, மீண்டும் அவளை பார்க்க வைக்கும். அவள் பார்வையின் வீரியம், பேசும் தொனி, உடல் அசைவுகள் என

அத்தனையும்,அவளைப் பார்த்தவர்களை, பத்து பதினைந்து நிமிடங்களுக்கு ஆக்ரமித்துக் கொண்டேஇருக்கும். சின்னதாய் சிரித்து, பார்ப்பவர் மனதை, பெரிதாய் பதம் பார்க்கும் வல்லமை அவள் பார்வைக்கு இருந்தது.. யமுனா... யமுனா..

இன்று எப்படியும் அவளை முத்தமிட வேண்டும்.

எப்போதும் யமுனா பேரழகு.. சலிப்பு தட்டாத ஒரு சாஷ்டாங்க அழகு. காதலித்த நாட்களில் கடற்கரையில், முன்னால் அவளை நடக்க விட்டு, பின்னால் அவள் ''பின்னங்கால்'' திரட்சியை பார்த்துக் ரசித்துக்கொண்டே நடந்து, நான் அனுபவித்த,ஒரு வித பேரானந்தத்தை...என்னால், இப்போதும் உணர முடியும். அதற்குப் பிறகு, காமத்தை விட மேலாக, காட்சிகளாலேயே ஒரு பெண் அதிகம் சுகம் தருவதாக எனக்குள் ஒரு எண்ணம். ரப்பரால் தேய்த்து அழித்தும்,மிஞ்சமிருக்கும் பென்சில் எழுத்துக்களைப் போல, அத்தனை நிகழ்வுகளும் அழுத்தமாய் மிஞ்சமிருந்தது.

யமுனா... யமுனா... யமுனா... எப்படி என் வாழ்வுக்குள்

பிரவேசித்தாய் நீ.

உன்னை ஆசைத் தீரக் காதலித்து, கல்யாணமாகி, குழந்தைகளாகி.. பேரன் பேத்திகளாகி... நாட்கள் ஏன் இத்தனை வேகமாகச் செல்கிறது.

இம்ம்ம்... என்பதற்குள் முடிந்து விட்ட ''இருபத்தியாறு வருடங்கள்''. ஆச்சர்யம் மேலோங்கியது. மனித வாழ்வே ஒரு ஆச்சர்யம்தான். அடிப்படை தேவைகளை விட, இன்ன பிற இத்யாதிகளை தேடித் தேடி ஓடிக்கொண்டிருக்கும் இம்மனித வாழ்வு ஒரு ஆச்சர்யம் தான். எதற்காக இத்தனை ஓட்டம். சொந்த துணையைக் கூட முத்தமிட மறந்த ஓட்டம்.

என்னவளை இன்று எப்படியும் முத்தமிட வேண்டும்.

ஒருவழியாக பஸ் ஊரை சென்றடைந்திருந்தது. வேகமாக வீட்டை நோக்கி நடந்து கொண்டிருந்தேன்.

வீட்டு விசேஷங்களுக்கு வாழை இலை ஏற்பாடு செய்யும் முருகேசன் எதிரே சைக்கிளில் வந்து கொண்டிருந்தான். என்னை பார்த்ததும், சைக்கிளிலிருந்து இறங்கி இருந்தான்.

"என்ன முருகேசா... இலை கொண்டு வந்திட்டயா?"

"ஆமாய்யா....நீங்க சொன்ன மாதிரி அறுவது இலை வச்சிருக்கேன்... ஒரு எழுபத்தஞ்சு பேருக்கு போடலாம்..."

"சரி.. சரி... ராத்திரி ஒரு எட்டரை மணிக்கு வா... ரூபா தந்திடுகேன்.."

"சரிய்யா,, நான் வரேன்..." – என்று கூறிக்கொண்டே சைக்கிளை மிதித்து கிளம்பலானான்.

மீண்டும் வீட்டை நோக்கி நடக்கலானேன். கொஞ்சமாய் மூச்சு வாங்கியது.

வீட்டு வாசலில் நாலைந்து ஜோடி செருப்புகள் இருந்தன. வீட்டுக்குள் நுழைந்ததும் மகள் ஓடி வந்தாள். குளித்து முடித்த முகத்தில், சோகம் இருந்தது. அதிகாலை வானமென கண்கள் சிவந்து பனித்திருந்தது.

"காப்பி எடுக்கட்டப்பா?"

"வேண்டாம் மக்கா.. விரதம்லா... ஐயரு வந்திட்டாரா?"

"ஆமாப்பா..பின்னாடி உக்காந்து வேண்டியதுல்லாம் எடுத்து வச்சிட்டு இருக்காரு..."

"சரி, சரி...எல்லாரும் இப்பம் வந்துருவாங்கல்லா மக்காம நடக்க வேண்டியதை பாப்போம்..".

"கன்னியாரில எல்லாம் முடிஞ்சா பா... இவங்களையும் கூட கூடிட்டு போயிருக்கலாம்லா..."

"அஸ்தியை கரைக்க மாப்பிளைலாம் எதுக்கம்மா... நானே போயி கடல்ல கரைச்சிட்டு... இப்ப சீக்கிரமா வந்திட்டேன்லா மக்கா..."

--- என்று கூறிக்கொண்டு சட்டையைக் கழற்றிக் கொண்டே, திண்ணையை தாண்டி என் அறைக்குச் சென்றேன். வெப்ராளமும் இயலாமையும் கலந்த ஒருவித அசாதாரண மன நிலைமையில் இருந்தேன். அழத் தோன்றவில்லை. படுக்கையின் வலப்புறத்தில் இருந்த போட்டோவில் என்னோடு, சிரித்த முகத்தோடு இருக்கும் யமுனாவை, ஆசை தீர முத்தமிட்டு, முத்தமிட்டு முத்தமிட்டு ஆசை தணிந்தேன். துக்கம் தாளாமல் வழிந்த கண்ணீரை, துண்டால் துடைத்துக் கொண்டே, அவளின் ஐந்தாம் நாள் காரியம் செய்ய "ஐயரை" நோக்கி நடந்து கொண்டிருந்தேன்.

என் எச்சில் முத்தத்தால் ஈரமாகிய எங்கள் போட்டோ, கொஞ்சம் கொஞ்சமாய் காயத் தொடங்கியிருந்தது...

கிரிதி

கல்யாண வீட்டிற்கு கிளம்பும்போதே பேச்சில் லேசான ஒரு 'உரசல்' வந்திருந்தது. தற்போதெல்லாம் எங்கு கிளம்பும்போதும் இந்த 'வாக்கு தர்க்கம்' வந்து விடுகிறது. பெரிதான சப்தமில்லாது வெடிக்கும் ஓலை வெடியைப்போல். ஒன்பது வருடத்திற்குள் கல்யாண வாழ்க்கை இருவருக்கும் சலித்து விட்டதா என்ன? என்ன செய்ய. முரளியின் வாயும் சும்மா இருக்காது. நாற்பது வயதாகிறதல்லவா? நாற்பது வயதில் நாய் குணம் வருமென்று சும்மாவா சொல்கிறார்கள்.

'உன் உடம்பு வாக்குக்கு... இந்த சாரி... கீரிலாம் சரிப்பட்டு வராது'ன்னு பட்டென்று முரளி சொல்லியது அவள் முகத்தில் மிகப்பெரும் சோகத்தை ஏற்படுத்தியது. பாவம் லலிதா. வெடுக்கென்ற வார்த்தைத் தீயில் உள்ளுக்குள் ஏற்பட்ட 'அவமான சங்கோஜத்தை' வெளியில் காட்டிக்கொள்ளவில்லை.

'நான் உங்கள்ட நல்லா இருக்கான்னு, கேக்கவே இல்லையே?' -

சிரித்தான கோபத்தில் மறுபடி கூறிக்கொண்டே, சேலைக் கட்டுவதில் மும்முரம் காட்டினாள் லலிதா.

'நீ இப்ப இருக்குற சைசுக்கு, 'பாதாள பைரவி' படத்துல ரங்காராவ் போடுறமாறி மேலிருந்து, கீழ வர பெரிய 'அங்கி மாதிரி' போட்டாத்தான் சரி...' - மெல்லமாக சிரித்து, மட்டமான ஒரு காமெடியடித்தான் முரளி.

மேற்கொண்டு பேசினால் பெருஞ்சண்டையாகும் அபாயம் இருந்ததால் அடுத்த பதிலை தவிர்த்து, உரையாடலை முடித்தாள் லலிதா. பதிலேதும் கிடைக்காததால், பரிகாச முகபாவனையில் கல்யாண வீட்டிற்கு கிளம்பும் வேலையில் மும்முரமானான் முரளி.

முந்தானை போக மீதம் உள்ள சேலையை, டக் வைத்து அடிவயிற்றினுள் செருக முயற்சித்துக் கொண்டிருந்தாள் லலிதா. பருத்த உடம்பு அங்கொன்றும் இங்கோன்றுமாய் சாய்ந்திருக்க, சமீபத்திய நான்கைந்து வருடங்களில் கொழுப்பேறிய வயிறு, தொப்புள் சுருக்கத்தோடு பிதுங்கி வெளியே மடிந்திருந்தது. சிசேரியனின் போது ஏற்பட்ட கீறல் அடையாளங்களை, அடிப்பாவாடைக்குள் திணித்து சேலையடுக்கை அடிவயிற்றில் செருக முயற்சித்துக் கொண்டிருக்கும் போது தான், முரளியின் வாயிலிருந்து இந்த கிண்டல் பிதற்றல்.

எதிர்பாராமல் ஏற்பட்ட உடல் பருமனின் காரணமாக சமீப காலங்களில் சேலை அணிவதையே தவிர்த்திருந்தாள் லலிதா. உள்ளூர் கல்யாணமாய் இருக்க, இதுவரை மூன்று முறை மட்டுமே அணிந்த முப்பதாயிரம் ருபாய் முகூர்த்த பட்டுசேலையை இன்று அரைகுறை ஆசையோடு அணியும் போதுதான், முரளி அதிகப்ரசங்கித்தனமாய் இப்படி திருவாய் மலர்ந்திருந்தான்.

லலிதா முகம் வாடியதை முரளியும் கண்டு கொண்டான். சில

நிமிடங்களுக்கு அந்த குற்றவுணர்வு மனதிற்குள் கிடந்தாலும், அடுத்த மணித்துளிகளில் மீண்டும் அவளை பரிகசிப்பான். அப்படிப்பட்ட ஒரு வித்தியாசமான குணாளன் இந்த முரளி. அதற்காக நீங்கள் அவனை பாசமற்றவன் என்றோ? கொடுங்கோலன் என்றோ கற்பனை செய்ய வேண்டாம். இனிய பண்பாளன் தான். பாசமுள்ளவன்தான். ஊருக்கு கோமாளியாக இருந்தாலும், அவரவர் வீட்டிற்கு அவரவர் ராஜாதானே. நாகர்கோவிலின் புறநகரில் HDFC கொடுத்த கடனில் கட்டிய ஒன்றரை கிரெளண்ட் வீட்டின் ராஜ கம்பீர, ராஜா குலோத்துங்க, ராஜராஜ சோழன்தான் முரளி. அரசு புள்ளியியல் துறையில் கணக்கர் உத்தியோகம். வேலையின் சர்வீஸ் பதினாறு வருடங்கள் ஆனாலும், இப்போதும் 'நீங்கள் புள்ளியியல் துறையில் என்ன வேலையாக்கும் செய்வீர்கள்? -என்ற நண்பர்களின் கேள்விக்கு சரியாக விளக்கம் சொல்லத்தெரியாதவன். 'அது நாங்க எக்கனாமிக் சம்பந்தப்பட்ட தகவல்களை சேகரிச்சு' -என ஆரம்பிக்கும்போதே, 'நீ... நல்ல... எக்கனாமிக்க தூக்கி நிறுத்துன... போ...'- என்று நண்பர்கள் கிண்டல் தொனியில் குரலை உயர்த்த, வெட்கத்தில் சம்மி நாறிவிடுவான் முரளி.

வேலையின் போது தான் எடுக்கும் தரவுகள் எப்படி பொருளாதாரத்தை உயர்த்தும் அல்லது தாழ்த்தும் என்ற சந்தேகம் அவனுக்குமே உண்டு. தேதியானால் சம்பளம் வருகிறது, பண்டிகைதோறும் விடுமுறைகளும். இதைத்தவிர சம்சாரிக்கு என்ன வேண்டுமென்று எண்ணியதால், செய்த வேலையையே திரும்பத் திரும்பத் செய்து அரசு நாற்காலியை தேய்த்துக்கொண்டிருந்தான் முரளி. வெளிப்புற பரிகாசத்தாலோ என்னவோ, வீட்டுக்குள் கொஞ்சம் கோபம் கொப்பளிக்க காமெடி செய்வான் முரளி. ஒரே மகள் வெளியூரில் தங்கி பள்ளிப்படிப்பு படிக்க, வீட்டுக்குள் ஒற்றை மனிஷியாய் முரளியைப் பொறுத்துக்கொண்டு காலம் தள்ளிக்கொண்டிருந்தாள் லலிதா.

முன்னரெல்லாம் முரளி இந்த அளவிற்கு பேச மாட்டான். அவன் விஷயத்தில் ஆசை அறுபதுநாள். மோகம் முப்பது நாளெல்லாம் இல்லை. அன்பாக பண்பாக நடந்து கொண்டவன்தான். இப்போது எதற்கெடுத்தாலும் அவள் உடல் பருமனை பற்றிய பரிகாசம். எத்தனை நாள்தான் பொறுப்பாள் லலிதா.

'உங்களுக்கும் வயசாயிட்டு வருகு...மறந்துடாதீங்கோன்னு' - லலிதா பதில் அளித்தால், 'அதான் நானும் சொல்லுகேன்... எனக்கும் வயசாயிட்டு, ஆனா உன்ன மாதிரி 'இடி தடியங்காய் மாதிரியா' இருக்கேன்' - என மறு பதில் உரைப்பான் முரளி. மறு பேச்சிற்கு வழியின்றி மலங்க, மலங்க அவள் விழிப்பாள்.

அழகான மனைவி வேண்டுமென்பது ஒவ்வொரு சராசரி ஆண் மகனுக்கும் இருக்கும் உணர்வு தானே. கட்டிய மனைவியோடு ரோட்டில் இறங்கி நடக்கும் போது, மொத்த உலகமும் அவர்களை பார்க்கவேண்டுமென்ற ஆவல் தானே. உடனே அழகான கணவன் வேண்டுமென்று ஒவ்வொரு பெண்ணுக்கும் ஆசையிருக்காதாவென பெண்டீர்கள் வரிந்து கட்டிக்கொண்டு வரலாகாது. திருமண பந்தத்தில் அழகு என்பது பெண்ணுக்குரியதாகவும், செல்வச்செழிப்புடன் கூடிய வீரமென்பது ஆண்களுக்குரியதாகவும் வழிவழியாக பின்பற்றப்படுவதை கதை படிக்கும் கனவான்களும், கனவாள்களும்(?) புரிந்து கொள்ள வேண்டும். நவீன காலத்தின் கோலத்தில் வீரத்தின் அவசியம் இல்லாது போக, 'பொருளீட்டும் திறன்' மட்டுமே ஆண்களின் திருமண அத்யாவசியமாகிறது.

கல்யாணமான புதிதில் அழகான மனைவியோடு ரோடுகளில் ஒய்யாரமாய் நடந்து திரிந்தது முரளியின் ஞாபகத்திற்கு வந்தது. தன் மனைவியை எல்லோரும் பார்த்து ரசிக்க வேண்டுமென்றும், அந்தப்

பார்வை மிகக் கண்ணியமான(?) பார்வையாக இருக்க வேண்டுமென்றும் - என்ற எதிர்பார்ப்பு எல்லா ஆண்களையும் போல் முரளிடம் இருந்தது. அழகு பதுமையாய் லலிதா உடன் வர, அந்த மொத்த அழகுக்கும் உரிமையாளன் நானாக்கும் - என்று சொல்லாமல் சொல்லும் உடல் மொழியில் பெருமிதத்தோடு வெளியில் வலம் வருவான் முரளி. லலிதாவும் அத்தனை அழகாக இருந்தாள். நீண்ட நெடிய கூந்தலோடு,சுண்டி இழுக்கும் கண்களோடு, விம்மி இழுக்கும் வனப்போடு, அன்றில் மலர்ந்த இதழ்களோடு, பால் கொதிக்கையில் படரும் பாலாடையின் வெண்மஞ்சள் வண்ணத்திலிருந்தாள் லலிதா. கல்யாணமான நாட்களில் பெரும்பாலான பெண்களும், சில ஆண்களும் வெளிப்படையாகவே முரளியிடம் லலிதாவின் அழகைப் புகழ்ந்தனர். அழகான மனைவி கிடைத்ததில் ஒருவித புளகாங்கித மயக்கத்தில் திளைத்திருந்தான் முரளி.

பெற்றோர் பார்த்து வைத்த திருமணமாதலால் இருவரும் ஒருவரையொருவர் புரிந்துக் கொள்ளவே சில மாதங்கள் பிடித்தது. கட்டவிழ்த்த முரளியின் அன்பில் கட்டுண்டுக் கிடந்தாள் லலிதா. மாநிறமாக இருந்தாலும், அன்பைக் கொட்டுவதில் அவன் உயரத்தைவிட உயர்ந்தவனாக இருந்தான் முரளி. படுக்கையறை பணியின் பரிசாய், அன்பிற்கு அடையாளமாய் ஹரிணியும் பிறந்திருந்தாள். சிசேரியன் செய்த நாள்தொட்டு கொஞ்சம் கொஞ்சமாக பருத்து விரிந்தாள் லலிதா. நாட்கள் மாதங்களை நெருக்கி தள்ள, வருடங்கள் உருண்டு கொண்டேயிருந்தது. அப்படியும், இப்படியாய் கல்யாணமான இந்த ஒன்பது வருடங்களில் முழுதாய் இருபத்தொருகிலோ கூடியிருந்தாள் லலிதா.

வாழ்க்கை எப்போதும் வசந்தத்தை மட்டுமே கொடுத்துக் கொண்டிருக்குமா? கால வெள்ளத்தின் இன்ப துன்பங்களில்

உருண்டெழும்பினர் தம்பதியினர் இருவரும். அடித்தும், பிடித்தும், கொஞ்சியும், கெஞ்சியும் பொழுதுகள் கழிய, பெரிதான கவலையில்லாத நடுத்தர வர்க்கத்தின் சராசரி வாழ்க்கை. இருந்தும் தற்போது முரளியின் வாயிலிருந்து விழும் கிண்டல் தொனிகள் அவளுக்குள் சில கவலை அதிர்வுகளை உண்டாக்கத்தான் செய்கிறது. அழகு கொட்டிக்கிடந்தபோது ஆராதித்து விட்டு, கொஞ்சம் வற்றிக் குறைந்த போது ஏளனம் செய்தால் யாருக்குத்தான் பிடிக்கும். கணவனாய் துணைவனாய் உள்ளுக்குள் பாசமெல்லாம் இல்லாமலில்லை. பாசம்,நேசம், காதல் எல்லாம் உண்டு. ஆனால் தன் உடல் பருமனை குறிப்பிட்டு எப்போதும் ஒரு பரிகாசம். 'நறுக்' கென்று உள்மனதை தைக்கும்படியான, 'வெடுக்' கென்ற நெருஞ்சி முள் வார்த்தைகள்.

'இப்படியே வீட்டுக்குள்ளயே இருக்கதுக்கு பதிலா, கொஞ்சம் ஊரைச் சுத்தி நடக்கப்பிடாதா... வர வர நம்ம கோவில் பூதத்தான் சிலை மாறி இருக்க'

'நல்லா இனிப்ப தின்னு.. அப்புறம் எப்டி.. உடம்பு குறையும்'

'இந்த மாரி மாடர்ன் டிரஸ் எல்லாம் நீ ஆசைப்படலாமா... உன் சைசுக்கு அதெல்லாம் கிடைக்கவே கிடைக்காது.'

'முருங்கைக்காய் ஒரு நாள் தர்பூசணியா மாறும்னு சொன்னா, யாரவது நம்புவாங்களா,..... ஆனா... நான் இப்ப கண்கூடா பாக்குறேன்.'

'இப்படி மூணுநேரம் சோத்த திங்கிறதுக்கு பதிலா, ரெண்டு நேரம் கோதம்ப தின்னா என்னா....சவம்... வர வர பாக்க சக்கப்பழம் மாறி இருக்க''

-- என்பது மாதிரியான ஏளன சம்பாஷணைகள்.

ஆசையாய் ஏதாவது சாப்பிடும்போது, புதிதாய் நவீன ஆடையணியும்

போது, ஆசுவாசமாய் சிறிது நேரம் ஓய்வெடுக்கும்போது 'வெடுக் வெடுக்' கென்ற வார்த்தைகள். கேட்கும் லலிதாவுக்கோ வெப்ராளம் பட்டென்று பொட்டித் தெறிக்கும். சில நேரம் பதிலுரைப்பாள். பல நேரம் கண்ணீர் சொரிவாள். ஆவேசத்தில் உடம்பு குறைக்கும் முயற்சியில் ஈடுபடுவாள். உணவைக் குறைத்துப் பார்த்தாள். உடற்பயிற்சியைக் கூட்டிப்பார்த்தாள். ஆன முயற்சிகள் எல்லாம் செய்து பார்த்தாள். மருத்துவர்கள் சோதித்துவிட்டு 'உடல் வாகு' என்றனர். பெண்ணுடம்பு சிசேரியனுக்கு பிறகு அப்படித்தான் என்றனர். தண்ணீர் குடிக்கச் சொன்னார்கள். தலைகீழாக நிற்கச் சொன்னார்கள். எல்லாம் செய்து பார்த்தாள் லலிதா. ஆனால் பயனேதுமில்லை. நாளாக நாளாக எடை ஏறியதேயன்றி, இறங்கிய பாடில்லை.

போனால் போகட்டுமென்று சிலநேரங்களில் விட்டுவிடுவாள் லலிதா. பின்பு முரளியின் ஏதோ ஒரு கிண்டல் பேச்சின் வேகத்தில் மீண்டும் 'உடற்பயிற்சிகளை' ஆரம்பிப்பாள். காலம் மட்டுமே கடந்து கொண்டிருந்தது, அவள் கட்டுடல் திரும்பிய பாடில்லை.

வீட்டைப் பூட்டிக்கொண்டு பஸ்டாண்டுக்குள் நடந்து கொண்டிருந்தனர் தம்பதியர் இருவரும். முரளி முன்புறம் நடக்க, புஸ்... புஸ்வென அவன் வழியை பின்பற்றி நடந்தாள் லலிதா. கல்யாணமான ஒன்பது ஆண்டுகளுக்கு தோதாக, நடந்து கொண்டிருக்கும் இருவரின் இடைவெளிகள் ஒன்பது அடிகளாக நீண்டிருந்தது. இதே தெருவில் காற்றுக்கூட, புக முடியா இடைவெளியில் அவன் கரம்பிடித்து நடந்த காலங்கள் அவள் நினைவுக்கு வந்தது. இதே பட்டாடையோடு அவன் கரம் பிணைத்து நெருப்பை சுற்றிவந்த கல்யாண பொழுதுகள் நினைவுக்கு வந்தது. லலிதா பின்னால் வருகிறாளா? இல்லையா? என்பதை அவன் கவனித்த மாதிரியே தெரியவில்லை. பஸ்ஸை பிடிக்கும் யோசனையில்,

ஒல்லி உடம்போடு விறுவிறுவென நடந்து கொண்டிருந்தான் முரளி.

நாகர்கோயில் பெருமாள் கல்யாண மண்டபத்தில் 'கடுகு' போட இடமில்லாத கூட்டம். பொருளாதாரம் பெருத்த இருபெரும் கைகள் இணையும் திருமண நிகழ்வு.

கூட்டவியல், பொரியல், உப்புலோடு, இஞ்சி கிச்சடி, உள்ளி பச்சடி, எலுச்சேரி, மசாலா கூட்டென பதினோரு வகை தொடு கறிகள், பருப்பு, சாம்பார், ரசம், புளிச்சேரி, மோர்க்குழம்பு உட்பட ஆறுவகை குழம்பு வகைகள். நெய்ச்சோறு, பிரியாணி உட்பட மூணு வகை சாதங்கள், பால், அடை, பருப்பு, சக்கப்பழம் உட்பட நான்கு பாயாசங்கள், செந்துளுவன், ரசக்கதலி, துளுவன் உட்பட மூன்று வகை பழம், அது போக நாலைந்து ஐஸ் கிரீம்கள், ரெண்டு மூன்று பழச்சாறுகள்.

கழுத்து வரைச் சாப்பிட்டு வெளியே வந்திருந்தான் முரளி. மூச்சு முட்டிக்கொண்டு ஒரு மாதிரி வந்தது. கைகழுவிவிட்டு இடுப்பு பெல்ட்டை சற்று அவிழ்த்து விட்டான். கொஞ்சம் ஆசுவாசமாக இருந்தது. தூக்கம் மேலிட கண்கள் சொருகுவது போலிருந்தது. உண்ட மயக்கம் தொண்டனுக்கும் உண்டல்லவா. வீட்டுக்கு போகும் முடிவில் லலிதாவைத் தேடினான். போன பந்தியில் சாப்பிட்டு முடித்த லலிதா பெண்களோடு உட்கார்ந்து பேசிக்கொண்டிருந்தாள்.

மீண்டும் அதே ஒன்பது மீட்டர் இடைவெளியில், இருவரும் சேர்ந்து பஸ் ஸ்டாண்டிற்கு நடந்து கொண்டிருக்கும் போதுதான் சுப்பையா பிள்ளை ஆசிரியர் எதிரே நடந்து வந்து கொண்டிருந்தார். எப்படியும் ஒரு எழுபது வயதிருக்கும். முரளியின் பத்தாம் வகுப்பு ஆசிரியர். முரளியின் அப்பாவின் நண்பரும் கூட. நடையிலும் பார்வையிலும் முதுமையின் அடையாளங்கள். சட்டென்று அடையாளம் கண்டு கொண்டு, பேச

ஆரம்பித்தான் முரளி.

'சார்... நல்லா இருக்கீங்களா? நான் முரளி... போஸ்ட் மேன் ரங்கசாமி பையன். உங்கள்ட பத்தாப்பு படிச்சேன்லா...'

தடித்த கண்ணாடி பிரேமை மெதுவாக அசைத்து முரளியின் முகத்தைப் பார்த்தார் சுப்பையா பிள்ளை. கூடவே சிநேக புன்னகையோடு நின்றிருந்த லலிதாவையும். வயதான மூளை சற்று நேரமெடுத்து அடையாளம் கண்டு கொண்டது. முதிர்ந்த முகமெங்கும் சிரிப்பை காட்டினார் சுப்பையா பிள்ளை.

'ஏ... முரளி... எப்படி இருக்கடே... உங்கப்பன் ரங்கசாமி நம்ம தோஸ்த்தில்லா...'

'ஆமா..சார்... நல்லா இருக்கேன்... நீங்க எப்படியிருக்கீங்க?'

'நான்... இன்னா பார்த்தேல்லா... வாக்கிங் போயிட்டு, நல்லா இருக்கேன்... நீதான் கிழவன் ஆயிட்டேயேடே... இது யாரு உன் பொஞ்சாதியா...'

'கிழவன்' என்ற வார்த்தையை கேட்டதும், 'கிழட்டுக்கு கொழுப்பை பாருன்னு' - மனதிற்குள் நினைத்துக் கொண்டான் முரளி. இருந்தும் முகத்தில் காட்டிக்கொள்ளாமல் பள்ளி ஆசிரியருக்கு பதில் சொல்லிக்கொண்டிருந்தான்.

'ஆமா... சார்... பேரு லலிதா...' - என்று முரளி கூற, இருகைக் கூப்பினாள் லலிதா.

சுப்பையா பிள்ளை ஆசிரியர் அவளைப் பார்த்து புன்னகைத்து, நல்லா இரும்மோன்னு வாழ்த்தி, பின்னர் வேலை, குழந்தைகளை பற்றி விசாரித்து

விட்டு மீண்டும் முரளியிடம் பேச்சைத் தொடர்ந்தார்.

‘அவா... சின்ன பிள்ளையாட்டுதான இருக்கா... நீதான் கிழவனாயிட்ட... - என்று சொல்லி சிரித்து, ‘என்னடே உனக்கு சுகர் இருக்கோன்னு?’ - கேள்வியும் வைத்தார்.

முரளி கோபம் கொப்பளித்தாலும் வெளியே காட்டிக்கொள்ள வில்லை.

‘சுகர்லாம் இல்ல சார்... ’ - சகஜமாக பதிலுரைத்தான் முரளி.

நல்ல சாப்பிட்ட முரளியின் வயிற்றை பார்த்துக்கொண்டே, அடுத்த கேள்வியை வைத்தார் சுப்பையா பிள்ளை ஆசிரியர்.

‘அப்ப பிரஷர் இருக்கும்டே.... இப்ப... இந்த ரெண்டும் இல்லாம யாரு இருக்கா? - பொக்கை வாய் விரித்து காமெடியடித்து சிரித்தார் சுப்பையா பிள்ளை.’

வெட்கத்தில் முரளி சிறிதாக நெளிய, லலிதாவிற்கு சிரிப்பு ‘பொத்துக்‘ கொண்டு வந்தது.

பேசாம எதிர்த்த கால்வாயில் ‘பெருச’, தள்ளிவிடலாமா என்ற யோசனையிலிருந்தான் முரளி.

சுப்பையா பிள்ளை ஆசிரியர் லலிதாவிடம் திரும்பி, ‘பெரிய அசத்தாக்கும் உம்...மாப்பிள்ளை... படிப்பு சுட்டு போட்டாலும் வராது... எப்படியோ கரையேறி, இன்னைக்கு அரசாங்க உத்தியோகமும் பாக்கான்... கொஞ்சம் நல்ல பாத்துக்கம்மோ... ஆளு நல்ல உடஞ்சில்லா இருக்கான்... ஏதாவது டாட்டர்ட காட்டப்பிடாதா... இல்லன்னா நாட்டுக்கோழி முட்ட வாங்கி கொடு...’- என்று பேசிக்கொண்டே இருந்தார்.

முரளி 'புளித்த சிரிப்போடு' வெட்க அவஸ்தையிலிருந்தான். லலிதாவிற்கு ரோடென்றும் பாராமல் குலுங்கி குலுங்கி சிரிக்க வேண்டும்போல இருந்தது. அடக்கிக் கொண்டாள்.

'சரி சார்... நாங்க போயிட்டு வாரோம்' - ன்னு சொல்லி, முரளி பேச்சை துண்டிக்க, 'சரிப்போ... பார்த்து போ-ன்னு முரளிடம் கூறிவிட்டு, 'எம்மொ... அவன பார்த்து கூட்டிட்டு போமோ'-ன்னு லலிதாவிடமும் கோரிக்கை வைத்தார்.

'பன்னக் கிழவன், இவனப்... பார்த்து பேசினதே தப்பு...' - என்று மனதிற்குள் நினைத்துக்கொண்டே அங்கிருந்து நகர்ந்தான் முரளி. லலிதாவும் விடைபெற்று, முரளியைப் பின்தொடர்ந்தாள்.

'வேணும்னா... நாட்டுக்கோழி முட்டை வாங்கிட்டு போவோமான்னு'- சிரித்துக் கொண்டே கேள்வி கேட்டாள் லலிதா.

பதிலேதும் கூறாது பஸ்ஸ்டாண்டை நோக்கி, புசு புசு- வென நடந்து கொண்டிருந்தான் முரளி. ஆனால் அவர்களுக்கிடையான இடைவெளி மட்டும், ஏனோ இரண்டடியாகக் குறைந்திருந்தது.

யோக்கியன்

ஆளேதும் இல்லாத, அத்தனைப் பரபரப்பில்லாத, அரைகுறை வெளிச்சத்துடன், அழுதுவடியும் மின்விளக்குடன், அடங்கி ஒடுங்கி இருக்கும் அந்த ரயில்நிலையத்தில், இரவு 1.22-லிருந்து இந்தக் கதையை ஆரம்பிக்கலாமென்று நினைக்கிறேன். நான் யார்? எதற்கு இங்கு வந்திருகிறேன்? எங்கு போகிறேன்? என்பதெல்லாம் இரண்டாம் பட்சம். தொடர்ந்த கதை வாசிப்பில் நீங்கள் புரிந்து கொள்ள வாய்ப்பிருக்கிறது. ஆனால் என் அருகில், ஒரு மூன்று மீட்டர் தொலைவில், ஜீன்ஸ் மற்றும் டி-ஷர்டில், முகத்தை நாற்காலியில் சாய்த்துப் படுத்திருக்கும் அந்த இளம்பெண்ணைப் பாருங்கள்.

என்ன அழகு..! பெண்கள் என்றாலே அழகுதான். அதுவும் இளம்வயது கன்னிப்பெண்கள் அனைவருமே பேரழகு. என்னைப் பொறுத்தவரை ''அழகற்ற பெண்கள்'' இவ்வுலகில் இது வரை பிறந்ததில்லை. இனிமேல் பிறக்கப் போவதுமில்லை.

இவளுக்கு மிஞ்சிப் போனால் இருபது அல்லது இருப்பதிரெண்டு வயதிருக்கலாம். தலை முழுதும், நெருக்கமாக, சுருளேதும் இல்லாத நீள்முடிகள், கன்னத்தில் பலதும், கண்களில் சிலதுமாய் சிதறிக் கிடக்கிறது. பால் வெள்ளை முகத்தில் கொஞ்சமாய் ''சிருங்காரம்'' செய்த ரோஸ் நிற உதடுகள், மற்றும் கருமையான புருவ முடிகள். செல்லமாக கிள்ளி ''என் செல்லக்கட்டில்லா'' – எனக் கொஞ்சத் தோன்றும், கொழுத்த மாம்பழக்கன்னங்கள். காதுக்கும், கழுத்துக்கும் இடையில் ஆட்களைச் சொக்க வைக்கும் தங்க நிற ''பூனைமுடிகள்''. இவளையெல்லாம் முகத்தோடு, முகம் புதைத்துக் கட்டிப்பிடித்தால் ''முகநாடி'' நெஞ்சினைக் குத்தி இன்பம் கூட்டும். இந்த கழுத்து இருக்கிறதே... கொஞ்சம் பொறுங்கள்.. இதற்குக் கீழே வர்ணிக்க, அவளுக்குத் தெரியாமல், ''அவளை'' நான் நோட்டமிட வேண்டும்.

ரயில்வே காவலாளி ஒருவர் கையில் கம்புடன் நடந்து வருகிறார். நான் பார்வையைத் திருப்பி ''உறங்கும்'' தோரணைக்கு மாறினேன். நான் ரசிக்க நினைத்த அவளின் ''அந்த இடங்களை'' அவர் ரசித்து நகர்கிறார்.

''அவற்றைக்'' காட்டியபடி படுத்துக் கிடக்கும் அவளைச் சொல்ல வேண்டும். அவர் அந்தப் பெண்ணை பார்த்த விதத்திலும், என்னைப் பார்த்த விதத்திலும் ''எத்தனை வேறுபாடு''. முகவரி அறியா பெண்ணை நோக்கிய, அத்தனை ஆண்களின் பார்வையும் எப்போதும் ''பாலியல்ரீதியில்தான்'' என்பேன். என்னைப் பொறுத்தவரை பெண்ணை வெளிப்படையாய் பார்த்து ரசிப்பவர்கள், ஒளிந்திருந்து பார்த்து ரசிப்பவர்கள்- என்ற இருவகை மட்டுமே ஆண்களில் உண்டு. நூறு சதவீதம் உறுதிபடுத்தப்பட்ட உண்மையிது.... இல்லை.. இல்லை.. நான் ''ராமனாக்கும்...'' கண்ணைப் பார்த்து பேசும் ''கண்ணியவானாக்கும்'' என்றால், சட்டென்று சட்டையைப் போட்டுகொண்டு ''ஒருபாலியல்'' -

மருத்துவரைப் பாருங்கள். முகப்புத்தக புகழ், சரகா புகழ் டாக்டர் Sarav Urs பார்த்தால், நல்ல பலன் கிடைக்க வாய்ப்பு அதிகம். அம்மாதிரியானவர்கள் மேற்கொண்டு இதனைப் படிக்காதீர்கள். எனக்குச் சொல்வதற்கு ஆயிரம் விஷயங்கள் இருக்கிறது. உங்களுடன் தர்கிக்க நேரம் இல்லை, தலைக்கு மேல் வேலை இருக்கிறது.

தூங்குவதாய் பாசாங்கு செய்து மீண்டும் பார்க்கத் தொடங்கினேன். அவள் அப்படியே கிடந்தாள். கழுத்தைத் தொடர்ந்த மார்பு மேட்டில், மூச்சு விடுவதால் ஏற்படும் மெல்லிய அசைவுகள். பெரிய பூவென்றோ, பருத்த ஆப்பிளென்றோ, உடைத்த தேங்காய் முறியென்றோ, இன்னும் கொஞ்சம் காம ரசத்துடன் கொழுத்த இளநீரென்றோ – பல விதங்களில் எழுதலாம். ஆனால் என்ன பயன்.. எனவே என் ரசனைக்குத் தகுந்தபடி நான் ரசிக்கிறேன். உங்கள் ரசனையை உங்கள் கற்பனைகளில் விட்டுவிடுகிறேன். மொத்தத்தில் அழகானப் பிரதேசம்.. ஆம்.. அருகருகே முகம் புதைத்து, மூக்குகள் முட்ட, உறங்கிக் கொண்டிருக்கும் முயல்குட்டிகளின் முகம்போல... (கடைசியாக ஒரு உவமை வாய்த்து விட்டது... எப்பா.. என்னா... கஷ்டம்...!). அதற்குமேல் சொல்வதற்கு, ஒன்றுமில்லை.

அப்படியாக அது கழிந்தது.. அடுத்து உடல்.. வேண்டாம்.. இதைப் படிக்கின்ற பெண் வாசகர்கள் கோபப்படலாம். அல்லது எனக்கு "பாலியல் எழுத்தாளன்" - என்ற பச்சை குத்தப்படலாம். அல்லது "காம வெறியன்" - என கட்டுக்கதைகள் உருவாகலாம். அல்லது "அம்மாதியான" படங்களில் நடிக்க எனக்கும் வாய்ப்பும் வரலாம். அல்லது பாலியல் ஆலோசனைகள் கேட்டு கடிதங்கள் வரலாம். இதை எல்லாம் கருத்தில் கொண்டு... ஒரே வரி.. இதோ இப்போது முடித்து விடுகிறேன். "ரெம்ப அழகான பெண்ணொருத்தி" ரயிலை எதிர்பார்த்து ஆண்களை வசீகரிக்கும் நிலையில், தன்னிலை மறந்து, ரயில்வே நாற்காலியில் படுத்துக்

கிடக்கின்றாள்''. எல்லோருக்கும் புரிந்திருக்குமென நினைக்கிறேன். ஆனால் இப்படி பட்டென்று சொல்வதில் என்ன ரசம். ரசித்து செய்த சமையல் பாத்திரம், ருசிக்கும் முன், கிழே விழுவதைப் போல். நிர்வாணமாக மணப்பெண் ''முதலிரவு'' அறைக்குள் வருவதைப்போல். உதடு ரெண்டும் அருகே வருகையில், ''ஏப்பமோ'', ''இருமலோ'' வருவதைப்போல்.

ஒற்றைக் கண்ணால் அவளையே பார்த்துக் கொண்டிருந்தேன். எவ்வளவு அழகு.. இவ்வளவு அழகானப் பெண், எதற்காகத் தனியாக வருகிறாள். அதுவும் இந்த நேரத்தில். இந்த இடத்தில். நான் கொஞ்சம் யோக்கியனாக இருக்க, பார்ப்பதோடு நிறுத்துகிறேன். ஏன் சிரிக்கீறீர்கள்? நான் யோக்கியன் தான். நம்மூரில் பெண்ணைக் கள்ளத்தனமாக பார்த்து ரசித்து, கழிவறையில் அதை நினைத்து ''சுயமைதுனம்'' செய்யும் அத்தனை ஆண்களும் ''யோக்கியன்''- தான் என்று உங்களுக்குத் தெரியாதா? நான் அவளைப் பார்க்க மட்டும் தானே செய்கிறேன். எனவே நான் ''யோக்கியன்'' தான்.

வேறு ஏதேனும் பாலியல் செய்கை செய்யும் ''அயோக்கியன்'' இந்த இடத்தில் இருந்திருந்தால்..... நினைத்துப் பாருங்கள் அவள் நிலையை. எந்த மாதிரியான உலகத்தில் நாம் வாழ்கிறோமென்று இவளுக்குத் தெரியாதா? இவள் அம்மா, அப்பாவிற்கு தெரியாதா? தற்போது வரும் செய்தித்தாள் சம்பவங்களை இவர்கள் படிக்கிறார்களா? இல்லையா? புத்திக் கெட்ட குடும்பமாக இருக்குமோ? 1947 –ல் இந்தியாவிற்கு கிடைத்த சுதந்திரம், ஆண்களுக்கு முழுமையாகவும், பெண்களுக்கு பகுதி அளவில்தான் என்பது - அவர்களுக்குத் தெரியாது போல? ''இந்தியன் னாலே புடிச்சு கற்பழிச்சு விட்டுருவானு''- ஒரு இலைமறை பேச்சு அயல் நாடுகளில் ஆங்காங்கே தென்படுவது, அவர்கள் அறியாதது போல?

பொம்பளப்பிள்ளையை இப்படித்தனியா யார் அனுப்புவார்கள்? அதுவும் இந்த நட்ட நடு ராத்திரியில்? முகம் தெரியாத அவர்களை நினைத்து கோபமாக வந்தது.

அவள் தூக்கத்தில் புரண்டு படுத்தாள். முயல் குட்டிகள் ''முகங்கள்'' திருப்பி அசைந்தது. கால் வலித்திருக்கும் போல. கால்களை அசைத்து, லேசாகக் கண்ணைத் திறந்து பார்த்தாள். நான் கண்ணை மூடி உறங்குவது போல் ''பாசாங்கு'' செய்தேன். கைகால்களை அசைத்து, மேல்தூக்கி சோம்பல் முறித்தாள்.''

பலகாலமாய் அசையாமலிருந்த Pâµíü÷P¬ பாலியல் சிற்பம் ஒன்று, தீடிரென்று உயிர் வந்து எழுந்து, நவநாகரீக உடையில், கைகால்களை உயர்த்தி, குதிக்கால் தூக்கி ''சோம்பல் முறித்தால்'' எப்படி இருக்கும். அப்படி இருந்தாள் அவள். என்ன ஒரு அழகு. தோளுக்குக் குறுக்காய் போட்டிருந்த, அந்த மணிபர்ஸ் பேக்கின் வாரானது, அவள் நெஞ்சுப் பள்ளத்தைப் பிரித்துக் காட்டியது. அங்குமிங்கும் பார்த்தாள். பக்கத்திலிருந்த நெகிழிக் குப்பியை..... (மன்னிக்கவும்... நெகிழி அல்ல, கடந்த தசாப்தத்தில் ''பிளாஸ்டிக்'' என்ற வார்த்தை தமிழ் அகராதியில் சேர்க்கப்பட்டது மறந்து போனது). பக்கத்திலிருந்த பிளாஸ்டிக் குப்பியை எடுத்து, தண்ணீரால் முகத்தைக் கழுவினாள். அவள் முகத்தைத்தான் கழுவினாள். ''தண்ணீருக்கு'' அவள் நெஞ்சைத் தொட ஆசை போல.. முகத்தில் பட்டு, சில துளிகள் நெஞ்சையும் நனைத்தது. நனைந்த நெஞ்சு எனக்குள் ''ஈரக்கசிவை'' உண்டாக்கியது.

அத்தனையையும் ''ஒற்றைக்கண்'' கொண்டு பார்த்துக் கொண்டிருந்ததால், எனக்கு ''கண்'' வலித்தது. நானும் நடிப்பதை நிறுத்தி, தூங்கி விழித்தது போல் ''பாசாங்கு'' செய்தேன். தண்ணீரால் முகம் கழுவினேன். அவளை நோக்கி, நேருக்கு நேராய் ஒரு பார்வையை

வீசினேன். அவள் செல்போனை நோண்டிக் கொண்டிருந்தாள். கழுவிய அவள் முகம் ரெம்பப் பிரகாசமாகத் தெரிந்தது. நானும் செல்போனை எடுத்து நோண்ட ஆரம்பித்தேன். ப்ளூடூத் வழி பக்கத்திலிருக்கும் செல்போனை தேடும் பொத்தானை ''சர்ச்''சினேன். என் யூகம் சரிதான். அவள் மொபைல் ப்ளூடுத் உயிரோடு ''கீத்'' என்ற பெயரிலிருந்தது.

''கீத்'' – என்றால் அவள் பேர் கீர்த்தனாவாகவோ, கீதாவாகவோ, கீதாஞ்சலியாகவோ, கீர்த்திகாவாகவோ, அல்லது வேறு எதுவாகவோ இருக்கலாம். இந்த ஆராய்ச்சி உனக்கெதுக்கென்று நீங்கள் கேக்கலாம்? நான்தான், நட்டநடு ராத்திரியில், பக்கத்திலிருக்கும் அழகான பெண்ணிடம் பேச திராணியற்ற, அவள் பெயரைக் கூட கேக்கத் துணிவில்லாத ''யோக்கியன்'' ஆயிற்றே... ஆனால் இப்படி நவீன அறிவியல் சாதனங்களால் அவள் போனுக்குள், அவள் ஆடைக்குள், அவள் அறைக்குள் என்ன இருக்கிறது என அறியத் துடிக்கும் ''யோக்கியன்''. என்னைப் போன்ற ''யோக்கியன்களுக்கு'' ஊருக்குள் இப்போது பஞ்சமே இல்லை. ஊர் முழுதும் அடுத்தவர் அந்தரங்கங்களை அறியத் துடிக்கும் ''யோக்கியக் கூட்டங்கள்'', ''யோக்கிய திரள்கள்'', ''யோக்கிய குழுக்கள்'', ''யோக்கிய அணிகள்''.

அவள் இப்போது என்னைப் பார்ப்பது போலிருந்தது. நான் திரும்பி பார்க்கவில்லை. மணியைப் பார்த்தேன். என்னுடைய ரயில் வருவதற்கு பதிமூன்று நிமிடங்களிருந்தது. அவளும் அந்த ரயிலில்தான் வருவாளா? யோசித்தேன். ஒருவேளை அவளும் அந்த ரயிலில் வந்தால்?... வந்தால் என்ன செய்யப் போகிறேன். ஒன்றுமே செய்யப் போவதில்லை. அவளைப் பார்த்தும், பார்க்காத மாதிரி, ஏதேனும் ஒரு ஓரத்தில் ஒளிந்து நின்று, அவள் அங்க அவயங்களால் காமமுற்று, ஆணுறுப்பின் நுனியை நனைத்துக் கொண்டிருப்பேன். அவ்வளவுதான் என் தைரியம். அவ்வளவுதான் என்

''காமப்பராக்கிரமம்''. மிஞ்சி மிஞ்சிப் போனால், நாளை என் நண்பர்களிடத்தில், ''மாப்ளே... நேத்து ட்ரைன்ல... ஒரு சூப்பர் பிகர் கூட.. ஜாலியா வந்தேன்னு'' ''பொய்'' சொல்லுவேன். அதையும் மிஞ்சினால், அந்த வாரத்தில் தண்ணியடித்தால் ''மாப்ள.. அந்த ''பிகரை'' ட்ரைன் டாய்லெட்டுல ''டும்கா.. டம்கா' பண்ணினேன்னு கதையடிப்பேன். அவ்வளவே...

நான் போக வேண்டிய ரயில் வந்து கொண்டிருந்தது. என்னுடைய உடைமைகளை எடுத்துக்கொண்டேன். அவளும் தயாரானாள். எனக்கு புரிந்து விட்டது. இருவரும் ஒரே ரயிலில்தான் செல்லப் போகிறோம். எனக்குச் சந்தோசமாக இருந்தது. நான் அவளைப் பார்த்தேன். அவள் என்னை நேருக்கு நேராய் பார்த்துச் சிரித்தாள். நானும் சிறிதாகத் சிரித்தேன். ரயில் வந்ததும் இருவரும் ஒரே பெட்டியில் ஏறினோம். அவள் முன்செல்ல, அவள் ''பின்புறத்தை'' பார்த்துக் கொண்டே, பின் சென்று பெட்டியிலேறினேன். பெட்டியில் கூட்டமே இல்லை. அங்கும் இங்குமாய் சில மனிதர்கள். அநேகபேர் உறங்கிக் கொண்டிருந்தனர். அவள் ஒரு இருக்கையில் அமர்ந்தாள். நானும், அவள் எதிரில் உள்ள ஒரு இருக்கையில் அமர்ந்தேன். ஒருவாறு வசதியாக இருவரும் உட்கார்ந்த பின், நான் அவளைப் பார்த்து சிரித்தேன். அவளும் சிரித்தாள். ரயில் குலுங்கி, குலுங்கிச் செல்ல, அவள் குலுக்கி, குலுக்கி, என்னை உலுப்பினாள். காமத்துடிப்பில் கண்களை கட்டுப்படுத்த முடியவில்லை. உள்ளாடையில் ஈரம் தட்டுப்பட்டது. பார்த்துப், பார்த்தே, உச்சம் அடைந்து விடுவேனோவென சிறிதாகப் பயந்தேன். என்ன ஒரு அழகு...!

''நீங்க எங்க போறீங்க?'' – அவள்தான் கேட்டாள். தேனில் நனைத்த சாக்லேட்டாய் அவள் குரல்.

எனக்கு உச்சிக் குளிர்ந்து, இடத்தைச் சொன்னேன்.

‘‘நானும் அதுக்கு பக்கத்தில்தான்’’ – என்றாள்.

நான் பதிலுக்குச் சிரித்தேன். பின்பு அவளேதான்

கேட்டாள்.

‘‘எவ்வளவு நேரம்தான் இப்படி பார்த்துக்கிட்டே இருப்பீங்க’’ – என்றாள்.

‘‘என்ன...’’ என்பதுபோல் நெற்றியைச் சுருக்கினேன்.

‘‘இல்ல.. பார்த்திட்டே இருக்கீங்களே... உங்களுக்கு ஒகே னா... நாம இறங்கும் ஸ்டேஷனுக்கு பக்கத்திலேயே ஒரு இடம் இருக்கு... போவோமா’’ – என்றாள்.

‘‘என்னது’’ என்ற உதடு சொல்லியதே தவிர அவள் விளித்ததன் ‘‘அர்த்தம்’’ புரிந்தது.

‘‘மூவாயிரம் ரூபாதான்’’- என்றாள்.

நான் ‘‘யோக்கியனாகையால்’’ உடம்பு முழுதும் வியர்த்து ஊற்றியது. அதன் பின்பு அவளிடம், ஒரு வார்த்தைக் கூட பேசவில்லை. இறங்கும் போது மட்டும் ‘‘ஒளித்திருந்து’’ ஒருமுறை அவளை பார்த்துக் கொண்டேன். அவள் என்னை ‘‘சொறிப்பட்டியை’’ பார்ப்பதுபோல் கேவலமாகப் பார்த்தாள்.